She's All That I Got

Bea Velacse

Ukiyoto Publishing

All global publishing rights are held by

Ukiyoto Publishing

Published in 2024

Content Copyright © Bea Velacse

ISBN

All rights reserved.
No part of this publication may be reproduced,
transmitted, or stored in a retrieval system, in any
form by any means, electronic, mechanical,
photocopying, recording or otherwise, without the
prior permission of the publisher.

The moral rights of the author have been asserted.

This is a work of fiction. Names, characters,
businesses, places, events, locales, and incidents are
either the products of the author's imagination or used
in a fictitious manner. Any resemblance to actual
persons, living or dead, or actual events is purely
coincidental.

This book is sold subject to the condition that it shall
not by way of trade or otherwise, be lent, resold, hired
out or otherwise circulated, without the publisher's
prior consent, in any form of binding or cover other
than that in which it is published.

Dedication

This book is dedicated to the person who never failed me, who always rooted for me, the person who wants me to be better every second of my life. This book is dedicated to me, myself, and me. To my family, especially friends who always keep me motivated and who support me when no one did. To my 12-year-old self, we made it, thank you for trusting me.

Contents

Simula	1
Kabanata 1	11
Kabanata 2	22
Kabanata 3	31
Kabanata 4	51
Kabanata 5	61
Kabanata 6	72
Kabanata 7	79
Kabanata 8	89
Kabanata 9	99
Kabanata 10	107
Kabanata 11	125
Kabanata 12	143
Kabanata 13	151
Kabanata 14	166
Kabanata 15	175
Kabanata 16	181
Kabanata 17	191
Kabanata 18	203
Kabanata 19	211
Kabanata 20	224
Kabanata 21	231
Short Special Chapter	247
About the Author	*251*

Simula

Habang pauwi galing sa paaralan ay sabay kaming naglalakad ni James, malapit ng mag-alas sinco at wala ng mga traysikel na nakapara doon sa labasan para sakyan namin pauwi.

"Ayan na!.Tagal mo kasi maglakad wala na tuloy traysikel naglalakad nanaman tayo nito" reklamo pa nito sa'kin.

"'Bat mo pa kasi ako hinintay?" mabilis na tanong ko sa kanya, hindi naman ito umimik.

Simula na siguro pinagbubuntis kami ng mga nanay namin ay magkasama na kami bukod sa magkakaibigan mga nanay namin at sobrang malapit lang ang bahay namin eh malabong hindi kami maging magkaibigan din.

Malapit na kami makatapos ng high school at alam ko kahit puro reklamo s'ya sa'kin mamimiss ko pa din s'ya.Balita ko kasi papasok s'ya sa Military, magsusundalo na s'ya at alam ko mga ilang years din iyon. Ang course ko naman ay BS Education, ewan ko ba pero siguro kaya ko naman yung course na 'yon.

"Hoy Alya,kanina pa ako nagsasalita dito hindi ka nanaman nakikinig" sigaw pa n'ya sakin.

"Sorry na, ano ba kasi 'yong sinasabi mo, ha?" malambing na sabi ko sa kanya at inakbayan ko s'ya.

"Tsk,lumilipad na naman utak mo" mahinang wika nito at inilipat ako ng pwesto. Bale, ako na yung nasa gilid tas sya naman 'yong nasa kabila.

"Bakit nga?" tanong ko pa sa kanya.

"D'yan ka kasi muntik ka na masagasan ng Van" wika pa n'ya. "Ano ba kasi 'yang iniisip mo,kanina pa 'yan ah"

"Eh! kasi malapit na finals tapos college na tayo…tapos di na tayo magkikita diba?. Tas ano-"

"Ano ba 'ang iniisip mo dami mo namang sinasabi" pagputol nya pa sa sinasabi ko.

Tinignan ko lang s'ya habang naglalakad kami tinignan n'ya din 'ko at ginulo ang buhok ko kaya winaldas ko ang kamay nya.

"Ano ba James, seryoso nga kasi" wika ko pa sa kanya.

"Magkikita pa naman tayo kasi magkapitbahay tayo saka wag ka muna mag-isip ng ganyan" mahinahong pagkakasabi n'ya at umakbay sa'kin.

"Eh kasi naman…nakakatakot!" mahinang wika ko.

"Pangako di ako maghahanap ng babae doon,siguraduhin kung tatlo lang yung babae sa buhay ko" patawang wika pa n'ya, hindi ko naman inasahan ang kanyang pagsagot sa akalang hindi n'ya ako narinig ang sinasabi ko.

Kumunot naman ang noo ko at inisip kung sino ang tatlong babae sa buhay ng mokong na 'to. Tinignan ko naman s'ya sa pagtataka pero nakangisi lang ito habang nakatingin sa daan.

"Grabe naman 'ang tatlo, di ka ba marunong makuntento sa isa ha?" sigaw ko pa sa kanya tumigil naman ito sa pagngiti at bahagyang nakapawang ang kanyang mga labi.

"Tatlo kasi si Lola, si Mama, at ikaw" banggit nya at bigla lang tumawa.

Ewan ko ba di ko maunawaan. Masaya ba sya o sensero sa pinagsasabi nya eh parang hindi naman. Hayst, gusto ko pa namang umasa kaso baka mauwi din sa wala.

Natahimik na kaming dalawa hanggang sa makarating na kami sa bahay. Medyo malayo layo din 'ang nilakad namin at papadilim na malayo pa'y nakita ko na sina Mama at si Tita Janice- Mama ni James.

"Natagalan ata kayo ng uwi, Nak" wika pa ni Mama at nagmano 'ko pati na din kay Tita Janice 'ganon din si James.

"Eh!Kasi naman Tita Drea si Alya sobrang hina kung maglakad parang pagong" sulsol pa ni James at inirapan ko lang ito.

"Sus! Baka kasalanan mo din 'bat kayo natagalan, ikaw talaga sinisisi mo pa si Alya" wika naman ni TIta Janice.

"O sige na magpalit na kayo at amoy araw na kayo" sambat naman ni Mama.

Yes sounds normal right but everything changed when both of us are in college.Walang pagkikita,walang call,walang text,at higit sa lahat walang update.

I'm currently at my 4th year college ng nabalitaan kung si James ay nagka-girlfriend na.Medyo na hurt ako and the same time nagselos pero who am I to act like that,I'm just a friend.

"Oy!Ms.Elisandor di'ba? Ako nga pala si Genesis Zamora" a young man approached me, he was probably one of the PMA members, it was obvious from his uniform.

May katangkaran,sakto lang medjo pogi pero madaming piercing.

"Ah… yah?!. Ako nga bakit?" pagtatakang tanong ko pa.

"Pwede ba kita ligawan?" he suddenly asked.

"Ano?!" pagkakagulat ko. "H-Hindi nga kita kilala, eh. Sumusulpot sulpot ka lang naman kung saan" asta ko sa kaniya.

I still admiring James and hoping things will work on our ways,sana nga!. Pero sana hindi pa 'yon malabo.

Nagpursige akong mag-aral ng mabuti for my future and the future of my family. Even though Genesis seems to be an obstacle to me kasi para siyang kabute kung saan nalang sumusulpot, eventually dahil nakukulitan na din ako sa panliligaw niya ay kinaibigan ko nalang siya. I know I can use him for future purposes.

Nang malaman naming pumasa ako sa board exam and I am finally a teacher ay umuwi muna 'ko sa'min to celebrate my success. 2 years pa kasi inintay ko para lang makapasa, ewan ko ba bakit natatagalan yung process!.

"Teacher Alianna P. Elisandor!" sigaw pa ni Papa habang bumababa ako sa kotse ko.

"Welcome home, Teacher Alya!" sigaw din ng mga andoon.

Hindi na ako makapagre-act sa mga nakikita ko, may pa banner at balloons pa sila sa sobrang saya ko ay napaluha na lang ako at agad namang lumapit si Mama sa'kin na umiiyak at niyakap ako ng mahigpit.

"Naku naman ,Andrea" wika pa ni Papa na lumapit din sa'min ni Mama. "Pangit mo talaga pag-umiyak" pang-iinis pa ni Papa kay Mama.

Kumawala si Mama sa yakapan namin at hinampas si Papa.

"Hindi ba pwedeng maiyak sa Anak mo,Alejandro"matapang na sabi ni Mama at nag-walk out,nakakatuwa talaga silang pagmasdan.

"Hala ka Papa, 'yan ka na naman"patawang wika ko sa kanya at pumunta na kami sa loob ng bahay.

Pagpasok ko doo'y sinalubong din ako nina Tita Janice at Tito Miguel,agad ko din namang niyakap si Tita Janice na naluluha din.

"Congrats Alya,proud na proud si Tita sayo" sabi nya habang mahigpit na nakayakap sa'kin.

"Thankyou po,Tita" sagot ko naman sa kanya.

"Congrats Teacher Alya" bati naman ni Tito Miguel

"Thankyou po Tito" pagpapasalamat ko pa.

"Tinext ko na pala si James at baka daw makapunta sya dito pag-off duty na nya" sambat naman ni Tita Janice,nagsmile nalang ako sa kanila pero halatang nakakailang.

"Ah!Tita wag n'yo na po abalahin 'yon,baka busy 'yon masyado sa work n'ya balita ko mapropromote na daw po s'ya" sagot ko pa kay Tita Janice at tumango tango lang naman ito sa'kin.

Machismis din naman akong tao,eh. Source ko kasi si Genesis kasi sabay sila mapro-promote.

"Kailan kayo huling nagkita ni James,Alya?" tanong naman ni Tito Miguel.

Huminga muna ako ng malalim bago sumagot. "6 years na po ata simula 'nong nagkolehiyo na po kami." Sagot ko pa sa kanya.

"Matagal tagal na din pala" mahinang tugon ni Tito Miguel.

Nagpa-alam na ako sa kanila at inilagay muna ang mga gamit ko sa kwarto ko at nagpahinga muna.Kinuha ko muna yung cellphone ko at tinignan kung may notif ba galing kay James.Pero para lang akong naghihintay na pumuti ang uwak,mukang malabo na din.

That was from August. August is one of the people who helped me file for a job in Australia. I also plan to go there and teach there and start my career as a teacher. And I hope that will be approved, so while I am still here in the Philippines, I will teach here temporarily so that I also have experience.

Pagkatapos kung magmuni muni sa silid ko ay napagdesisyonan kung lumabas sa kwarto ko at pumunta sa labas kung saan andoon ang mga bata at nakipaglaro sa kanila. Nakakatawa man isipin pero mahilig lang talaga ako sa mga bata.

"Ate Alya o Teacher Alya" wika pa nung isang bata sa'kin, ngumiti lang ako sa kanya.

"Teacher ka na po talaga Ate Alya?" tanong din nung isa,tumango tango lang ako sa kanila.

"Kahit ano itawag n'yo sa'kin, okay lang" mahinahong sagot ko, ever since sinilang ang mga batang ito close na kami, ewan ko ba?. Baka dahil din sa wala akong kapatid or sadyang mahilig lang ako sa mga bata. "Yes po, teacher na po ako" sagot ko sa isang bugwit na 'yon.

"Hala si Sir Major" sigaw nung bata agad naman akong tumingin sa likuran ko.

Halo-halo ang nararamdaman ko aandap-andap na para bang naiihi na natatae, ewan ko pero sobrang lakas lang ng kabog ng dibdib ko para bang masisira ang rip cage ko.

It's been long years at nagkita ulit kami tumayo ako habang ang mga bata ay nagsilapitan sa kanya na may dalang pasalubong sa kanila.

Bumuntong hininga ako sapagkat di'ko alam kung lalapitan ko ba s'ya o hindi.May karelasyon na s'ya at madami na ding nagbago saamin parihas.

"Oh, andyan ka pala James" si Tita 'yon. "Akala ko ba'y hindi ka uuwi sayang naman diba?"

Pumasok muna ako sa loob para tulungan si Mama sa kanyang mga niluluto at hinayaang sina Tita at James na mag-usap muna sa labas. Wala din naman akong masabi eh at baka maging statwa lang ako doon na nakikinig sa usapan nila.

"Ako na Mama,kausapin mo muna mga frenny mo" pang-aaya ko pa kay Mama halatang pagod na s'ya kakalibot sa kusina.

Agad naman n'yang nilagay ang kanyang mga gamit sa lamesa at ngumiting pumunta sa sala para kausapin ang kanyang mga kaibigan.Sina Papa naman ay andoon sa labas kasama sina Tito na nag-iinuman.

Habang naghuhugas ng pinggan ay naramdaman kung may yumakap mula sa likuran ko.Ramdam ko ang kabigatan ng katawan nito at ang mga matitikas na braso nya'y nakapalibot sa bewang ko. Ramdam ko ding ang mainit nitong hininga sa aking leeg.

Para akong napako sa kinatatayuan ko at nanlaki ang mata na nakatingin sa kawalan. Mabilis ang kabog ng dibdib ko na parang may hinahabol ito.Ano bang nagyayari sa'kin?

"Iniiwasan mo ba ako?" tanong naman nito at kumawala sa pagkakayakap nya sa'kin.

"Ahh...H-hindi busy lang kasi,madaming tao eh.Ano...Kailangan ko tulungan si Mama" putol putol kung sagot sa kanya.

Nakaupo lang s'ya at naghihintay sa'king matapos akong maghugas ng plato. Diko alam kung bibilisan ko ba o hindi. Hindi ko din alam kung paano siya kakausapin.

"Di'ko naman sinabing magpaliwanag ka" mahinahon niyang wika. "Congrats Teacher Alya" patawang sambit nito na para pang may planong mang-inis. "Free ka bukas? Treat ko?Gala tayo" pag-aaya nya.

"Busy kasi ako eh, next time nalang" wika ko sa kanya.

"Daya naman ngayon nga lang ulit tayo nagkita tas ayaw pa.What's wrong?" sabi nya na may pagtatampo sa kanyang boses.

Pagkatapos ko mag-arrange ng mga plato ay umupo din ako kaharap nya.

"Wala ka bang work ngayon?" pagtatanong ko sa kanya.

"Meron, nagleave ako kasi nalaman ko kay Mama na nakapasa ka. Nakss naman! Nakakaproud lang.Do you want a gift from me? Sure thing malaki-laki din sahod ko and I'm welling to buy you anything" pampupuri pa nIto na may kasamang kahambogan.

"Thankyou. Di mo naman kailangan magleave parang kaunting bagay lang naman saka sayang naman di'ba?" wika ko pa sa kanya.

"Anong sayang?.Ayaw mo na akong andito,eh. Nagdududa na ako, are you really ignoring me?"nagtatampong sabi nya sabay pout.

"H-hindi naman kasi ganon yung ibig kong sabihin,tumigil ka nga pangit mo tignan" patawang wika ko,napaawang naman ang kanyang mga labi sa sinabi ko.

"Sus,bukas ah gala tayo,ako naman magbabayad eh" wika pa nya, kaya tumango tango nalang ako.

Kabanata 1

Alya was now an DepEd Superior and now currently teaching at a Sponsored School Charity Program. Ang paaralang ito ay para sa mga batang inabandona ng kanilang mga magulang at habang naghihintay na merong gustong mag-adopt sa kanila ay ipanamalagi muna sila sa isang Orphanage Foundation Charity.Ito din ay mismong kaakibat ng mga Militar at malapit lang ito sa kampo ng mga sundalo.

"Goodmorning Mommy Alya.Magandang Umaga Mama Alya" bati pa ng mga batang andoon. Mommy ang tawag ng mga batang andoon kay Alya kasi naisipan din ni Alya na maparamdam sa mga batang 'yon na kahit ganun ang mga nangyari sa buhay nila ay may Nanay pa din sila kahit sa paaralan lang.

"Goodmorning mga Anak ko,paki-tulungan naman si Mommy sa mga gamit n'ya po" magalang na banggit ni Alya sa mga ito.

"You look pretty today Mami Als" wika pa nung bibong estudyante niya.

"Ay sus ang aga Anak, binobola mo si Mommy ah" nakangising sagot ni Alya at piningot ang ilong nung bata.

"Totoo kaya" sagot naman nito.

Nagsilabasan na nga sila doon at pumunta sa kung saan nakapark ang raptor ni Alya at kinuha ang mga gamit na andoon.Sabado ngayon pero dito na pumapalagi si Alya kasi ang mga batang ito ang nagbibigay ng dedikasyon sa kanya bilang isang guro.

Ngayon ay may Christmas Party sa Charity at kailangan nilang maibaba na ang mga regalo at mga pagkaing si Alya mismo ang nagluto para sa mga bata. Kasama din doon ang mga Madre at ibang mga sundalo ang tumulong sa kanila, kabilang na ang isang Reservist Army na si Bridgette na pinsan ni James.

"Hi Ate goodmorning" bati pa ni Bridgette sa'kin, naka uniform na ito at sobrang ganda nya.

"Goodmorning,kanina ka pa dito?" tanong ko sa kanya at tinulungan nya akong magbuhat ng mga box.

"Kani-kanina lang naman"wika nya at pumunta na kami sa loob ng covered court at nagsimulang mag-arrange doon.

"Pupunta ba lahat ng mga sundalo dito mamaya?" tanong pa sa'kin ni Sister Lynda.Ipinalibot ko yung mata ko sa paligid at sobrang dami kong nakikitang mga kasundalohan na nagsikabit ng mga disenyo.

"Pupunta ata sila General dito,Sister. Magprepare nalang po tayo ng mga makakain, asan po ba yung kusina dito at baka may oras pa para makapagluto 'ko ng dagdag na pagkain para sa mga bisita" mahinahong sabi ko sa kanya.

Tinapik nya lang ang balikat ko, "Hindi na kailangan Alya kasi nagpadala naman ng buong reception yung Tenyente Komandante sa Navy eh" wika pa nito at nagsidatingan na din ang reception at andami nilang dalang pagkain.

'Komandante sa Navy? Bakit naman pupunta 'yon balita ko nga mga head lang ni Genesis pupunta dito. Sobrang bait at generous naman kung ganon' pabulong ko sa sarili ko.

"Mommy andaming pagkain,sarap sarap 'non Mommy oh" wika nung isang bata habang tinuturo ang Lechon sa malaking table.Tumawa lang ako sa kanya at ganoon din si Sister Lynda pati na din ang mga taong nakikinig sa kanya.

"Oo pero mamaya pa yan kakainin,Nak" wika ko sa kanya at sumimangot naman ito bigla.

"Pero Mommy sabi nung isang sundalo 'don para samin daw yan kasi mabait daw kami" wika pa nito sa'kin habang naka kibit balikat.

"Oo pero sina General muna papaunahin nating kumain ah"mahinang bulong ko sa kanya at tumango tango lang ito at bumalik sa pakikipaglaro sa ibang sundalong andon.

Nagsidatingan na nga ang iba pang may ranko gaya ng ni General,Major at iba pang mga Tenyente sa venue. Nagsimula na ding magperform ang ibang sundalo at ang mga bata bago magbigay ng speech si General sa lahat.

"Magandang Umaga sa lahat"paunang pagbati ni General sa lahat. "Gusto ko munang ipakilala ang mga diligadong andito at pumunta dito sa harapan to joined me in this celebration" wika nito.

Inilabas n'ya mula sa kanyang bulsa ang isang maliit na papel. "Please Welcome Major Avanza,can you please join me here"wika pa nito at nagsipalakpakan ang lahat ng tumayo at pumunta na sa stage si Major.

"Since our other Major can't attend today because of a sudden but thanks to our Lieutenant's na pinagbigyan tayo sa araw na ito to celebrate this very special occasion…"

"Please welcome our Lieutenant Colonel from the Army,Lieutenant Zamora,Isaiah Genesis"wika nito kinikilig naman ang isa naming teacher na kanina pa nanghahampas.

"Gwapo sana siya diba, Mars?"

"Ay oo pero haba nga lang ng buhok niya saka madaming hikaw."

"Ayaw mo 'non badboy ang datingan."

Mga pagchichismisan pa nila sa likod, alam ba ng mga teachers na ito na naririnig ko sila?.

Pumunta na ito sa harap at umupo na din katabi ni Major.

"Sa lahat ng mga Tenyente ito lang talaga ang may matigas na pagmumuka"patawang sabi ni Heneral dito at panay naman ang pagyuko nya. "Wag nyo s'yang gagayahin mga baguhan, kasi di sya sumusunod sa ating rules"

Nagtatawanan lang ang lahat sa sinabi ni Heneral kay Sir Genesis pati din naman ito.

"Okay so, kung may hindi sumusunod sa rule itong dalawang tatawagin ko ay kabaliktaran naman kay Lieutenant Genesis. Please help me welcome Lieutenant Colonel Persus Jayce Peterson from Airforces and Lieutenant James Andrei Jimenez from Navy"pagtawag pa nito.

Agad ko namang nilingon kung sino ang nasa likuran namin at nakita ko nga na andoon si James at yung isang Lieutenant.Muntik ko na syang hindi nakilala dahil sa uniporme nito at sa gupit ng kanyang buhok.

Nagsipalakpakan naman ang lahat sa kanila. *Lieutenant na pala sya?*Sabagay it's been 2 years nung sinabi niyang mapropromote na sya at maaaring hindi na makauwi sa kanila.

Sobrang matipuno nya kung titignan sa kanyang uniporme ,bagay na bagay nga yun sa kanya. Ganun din naman si Sir Jayce.

"Pogi nila 'no?" tanong pa ni Ellen kasamahan naming teacher. "Wala pa kaya silang girlfriend?" tanong din ni Clarisse.Hindi na ako umimik sa kanila.

"Balita ko matinik sa babae si Sir James eh!.Wala daw kasing babaeng hindi iiyak sa kanya" wika pa ni Ellen.

"Ay ganon ba?" wika naman ni Clarisse.

'Tama ba mga naririnig ko?Pero di naman sya ganon ah?Mabait kaya yan!' bulong ko sa sarili ko.

"Ma'am Alya,kung papipiliin ka sa tatlong andyan sino pipiliin mo?" tanong naman ni Clarisse sa'kin,at napalunok nalang ako.

"H-ha?Wala" sagot ko sa kanila,siniko lang ako ni Bridgette.

"Basta ako kay Lieutenant James ako" pag-iinarte pa ni Ellen. May gusto ata siya kay James eh.

"Ay panigurado si Sir Genesis pipiliin niya, baka di niyo alam niligawan siya n'yan noon" bungad nung isa.

"These are our delegates for today.So, gusto ko ding pasalamatan si Sister Lynda na syang nagpapanatili sa ating Foundation at also sa ating pinakamagandang School Superior na araw-araw pumupunta dito to take care the kids,Ms. Alianna P. Elisandor."pagpapasalamat naman nito.Tumayo naman agad ako at nagbow sa kanilang lahat.

"Gandang babae 'no" patawang biro ni Heneral. "Ms.Elisandor, wala kang boyfriend?" pagtatanong pa nito, umiling iling lang ako sa'king upuan. "Ay wala?Sayang maganda pa naman oh…"

"…And also sa mga officers and from other departments na tumulong dito. Enjoy the party and Merry Christmass" huling bati nito.

Pagkatapos ng program ay nagsi-alisan na ang iba at nagsimula na ding kumain sina Heneral at nagpagames muna kami sa mga bata at nagbigay ng mga regalo.

"BUTI NAMAN at nakauwi na kayo Lt. James" wika ni General.

"May mga reservist Navy ang gustong magbantay sa dagat kaya sinamantala ko na ding umuwi" mahinahong sagot ko sa kanya.

"Kamusta naman sa Airforce Lt. Jayce" wika ulit ni General kay Jayce.

"It's till the same we're still managing the new aircrafts from China" sagot naman nito.

Jayce and I only meet once a month, they also patrol the islands that ships can't enter and they land on our ship so we met. Si Genesis naman ay nakilala ko lang last year sa ceremony nung parihas kaming ma promote as Lieutenants.

"Ako Sir?Di mo ko kakamustahin?" papansing tanong ni Genesis.

"Lagi naman tayong nagkikita bat kita kakamustahin?" sarkastikong tanong ulit ni Heneral kaya nagtatawanan na lang kami.

Nagpaalam na si Heneral sa'min na aalis na sya,si Jayce naman ay gustong mag gunshooting sa loob ng kampo at umalis na din doon.Kami na lang ni Genesis ang naiwan at nag-iinuman doon,although bawal 'yon pero okay lang naman daw sabi ni Heneral wag lang daw kami maghahanap ng gulo.

"Ganda nung Superior 'no?" sambit pa ni Genesis habang naka nguso sa stage.Tinignan ko din kung sino ang andoon at andon nga si Alya na masayang nagbibigay ng regalo at pagkain sa mga bata.

Agad ko namang siniko si Genesis. "Back off,Lieutenant she's my girlfriend"sagot ko pa sa kanya na tinawanan lang nya.

"Tsk,dami mo nang babae saka tinanong siya kanina ni Heneral sabi nya wala siyang jowa. Sorry Lieutenant but I'll make sure she'll be mine" sagot pa nito sa'kin.

"Subukan mo nang magkalimutan na tayo!", galit na saad nito.

Nakaramdam ng tensyon si James sa mga sinasabi ni Genesis.Agad nyang inubos ang isang bote ng beer at iniwan si Genesis doon na nakaupo at nilapitan si Alya at nakipagkwentuhan sa mga batang andoon.

"Mommy Alya , nagugutom na po ako gusto ko kumain ng Lechon" wika nung bata habang papalapit ako sa kanila.

"We will eat na,let's go" sigaw pa ni Alya.

"Oy,Lieutenant James" si Sister Lynda 'yon. "Magandang tanghali po" bati ko pa sa kanya.

"Kamusta kana,James?" pangangamusta naman nito.

"Ah, okay naman po buti nga po nakauwi na ulit ako" masayang wika ko habang tinitignan si Alya na kanina ko pa napapansing nag-iiwas ng tingin.

"Kakausapin ko po muna si Alya, okay lang po ba?" panghihingi ko ng permisyon kay Sister Lynda at tumango lang ito.

Akma namang aalis si Alya ng hawakan agad ni James ang braso nito at hinila sa gilid.

"Bakit?Wait lang kasi" pagtatakang wika ni Alya at kumawala sa hawak ni James at nakataas lang ang kilay nitong nakatingin kay James.

"Pwede ba tayong mag-usap?" mahinahong tanong ko sa kanya.

"Nag-uusap na tayo, ano ba kasi 'yon?" masungit na tanong nito.

Napangiti naman si James sa inasal ni Alya, "Masungit pa din talaga!" gigil na tawa nito at ginulo ang buhok niya.

Hindi na ako nagdalawang isip at niyakap sya ng mahigpit, nagtakang nakatingin sa'min ang mga andoon pati na din ang kanyang mga kasamahan.

Bigla akong nakaramdam ng kirot sa tagiliran ko ng kurutin ako nito.

"Aray!" bulyas ko pa sa kanya. "Para saan 'yon?" tanong ko.

"Ano ba kasi 'yon?" pagtataka nya.

"Wala lang . Date tayo mamaya?" diretsong tanong ko sa kanya,pero hindi na sya nakasagot kasi dumating bigla si Veronica.

Veronica is my ex-girlfriend at matagal nang walang kami 4 years na.

Agad namang nawala ang masayang ngiti ni James habang kaharap ang dating kasintahan at napansin 'yon ni Alya kaya naman gumawa agad ito ng palusot.

"Sige Lieutenant salamat po ulit sa mga pagkain, mauna na po ako at may mga bata pa po akong aasikasuhin" wika naman ni Alya pero hinawakan lang ni James ang kamay nito kaya hindi pa din ito makaalis sa tabi nya.

"Sir yung kamay ko po hehe" mahinang wika nito at nilalakihan ang kanyang mata para sensyasan si James na bitawan sya. Wala din namang magagawa si James kundi sundin 'yon.

Nang makaalis na si Alya ay tinitignan pa din ito ni James.

"Hi babe it's been 4 years and finally I'm happy to see you again" wika naman ni Veronica na puno ng pagnanasa.

Akma sanang yayakapin ni Veronica si James ng umiwas ito.

"It's been 4 years hindi ka pa din nakakamove on? I'm in relationship right now at wala ka nang magagawa 'don" diretsong sagot ko sa kanya.

"I still inlove with you, James. Di'ko kayang magmove-on" sambit pa nito na parang nagmamakaawa kay James.

Naagilap naman ng mga mata ni James na lumalapit si Genesis kay Alya at nakikipag-usap ito masaya pa ang dalawa na para bang nagbibiruan,uminit naman ang dugo ni James at sinigawan si Genesis.

"Genesis!" sigaw nito ng malakas at lahat ng andoon sa covered court ay tumingin kay James na naka kuyom ang kamao at nandidilim ang mga mata.

"Sir,nagbibiro lang naman " patawang sagot ni Genesis.

Hindi naman inakala ni James na hahalikan sya ni Veronica. I quickly let go of her kiss.

"Baliw kaba?" sigaw ni James sa pagmumuka ni Veronica.

Tinuro ni Veronica ang kinatatayuan ni Alya, "Is that her?Siya ba ang pinalit mo sakin?huh?. I will make her suffer if you don't want us to be together" pagbabanta pa nito at umalis na.

Agad namang pinunasan ni James ang kanyang labi at agad na tinignan si Alya na kanina pa pala nakatingin sa kanila at biglang nag-iwas ng tingin sa'kin

Kabanata 2

PAPAUWI na ako sa bahay at sobrang haba ng byahe ko mga dalawang oras ata ako sa daan at sobrang maulan pa,kaya naman kawawa ang raptor ko kasi sobrang naputikan sya. At ako lang ngayon ang tao dito sa bahay kasi nagbabakasyon sina Mama tsaka sina Papa at doon na siguro sila magspespend ng christmass sa Lola ko.

"Alya, ginabi ka ata?" si Tito Miguel 'yon na nagsisirado na ng gate nila.

"Magandang Gabi po, may pa christmas party po kasi para sa mga bata,eh!.Kaya ginabi po ako" pagpapaliwanag ko pa kay Tito.

"Ikaw lang mag-isa dyan,Alya?" tanong naman nito kaya tumango lang ako bago sumagot.

"Ay opo ,sa newyear pa po uwi nina Mama eh" sagot ko ulit.

"Gusto mo ba magpasama sa Tita Janice mo?" tanong ulit nito,alam kung concern lang talaga sila sakin pero nakakahiya.

"Ay okay na po ako dito.Thank You po, saka di po 'to natatakot" wika ko pa sabay flex sa'king braso.

Tumawa lang si Tito kaya pumasok na ako sa loob at nilagay ang aking mga gamit, naghugas na din ako ng mga Tupperware at platong dinala ko doon sa party.Bukas ay Sunday my favorite day kasi bukod sa magsisimba ako bukas ay rest day ko din.Pero kahit ganoo'y nakakamiss pa din yung mga batang 'yon.

Hindi pa din mawala sa isip ni Alya ang nangyari kanina sa Children's Party. She felt intense jealousy when she saw that woman and James kissing in front of her.

'Bakit kaya sya hinalikan ng babaeng yun kanina?' tanong na sumagi agad sa isip ni Alya.

Nagsimula ng mag-init ang mata ni Alya habang binabalikan ang mga nangyayari kanina sa party.Kahit anong pigil nya ay patuloy ng pumapatak ang luha sa kanyang mga pisngi.

'Bakit nya ako e-date kung may girlfriend sya?Sa harap ko pa talaga?' sambit ni Alya sa isip n'ya, mabilis nyang tinapos ang kanyang ginagawa at agad na pumunta sa kwarto nya at nanood muna ng palabas.

Pero kahit ganon nagpapabalik balik pa din sa kanyang isipan ang mga nangyayari, kahit nakakatawa 'yong palabas ay naiiyak pa din sya hinayaan nya lang ang kanyang sariling maiyak hanggang sa makatulog na sya.

"MA?MA?"panggigising pa ni James habang kumakatok sa labas ng kanilang gate pero mukhang tulog na tulog na ata ang magulang nya.

Medjo nakainom din ito at inaantok na dahil sa alak,pumunta nalang s'ya sa gate nina Alya at nang ito'y itulak nya ay bukas ito. Dahil hindi kasya ang susi ng kanyang condo sa doorknob nina Alya ay kumuha nalang sya ng matulis na metal at 'yon ang ginamit na pang bukas nya.

Nang mabuksan n'ya na 'yon ay agad n'yang isinirado at tumungo sa ikalawang palapag at binuksan ulit ang isang kwarto at nakita nya si Alya na mahimbing ang tulog at nakabukas ang tv nito.

"You should off this before you sleep Mahal" he said in gibberish.

Kinuha n'ya ang remote sa tabi nito at pinatay 'yon, inayos nya din sa higa si Alya at dahang dahang humiga sa tabi ng dalaga. Inalis niya ang T-shirt nya at ang kanyang sapatos at dahang dahang niyakap si Alya sa likuran.

"Damn you smell still the same" he said.

Ang kanyang mukha ay nasa leeg ng dalaga at nag-eenjoy na amoyin ang mabangong buhok nito hanggang sa sya'y makatulog na.Naging mahimbing ang kanilang tulog na tila ba parang sanay na ang dalawa na magkatabi sa isa't isa.

"AHHHH!" sigaw ni Alya ng magising at makitang nakayakap sa kanyang bewang si James na kalahating hubad at tumalikod nalang ito sa binata.

"Shhh" mahinang wika ni James at patuloy na hinigpitan ang yakap sa dalaga.Para namang nanigas si

Alya sa kanyang posisyon at tila lumulutang pa din ang kanyang utak.

Naramdaman naman ni Alya na may parang tumutusok sa pwetan nya kaya buong pwersa nyang inalis ang mga kamay ni James at umalis sa kanyang kama.

"Alya,Nak?Bat ka sumisigaw?" narinig ko agad ang boses ni Tita Janice kaya mabilis akong bumaba at pinagbuksan sya ng pinto.

Niyakap ko sya agad bungad sa mga nangyari, "Tita, s-si James po…" di na makasalita si Alya at tinuro nalang ang pangalawang palapag.

Agad namang umakyat silang dalawa ng kanyang Tita Janice doon at tinignan ang kwarto ni Alya.Nakita nilang nakahinga si James doon at humihilik pa kaya agad itong nilapitan ni Tita Janice pero ayaw nitong gumising kahit ilang ulit pa itong gisingin.

Kaya napagdesisyonan nalang nilang bumaba at nagpalit na ng damit si Alya para magsimba hinayaan nya nalang si James doon sa kanyang kama. Sumalubong naman sa kanya sina Tita Janice at Tito Miguel na nagtatalo sa sala nila.Napailing nalang dito si Alya.

"Alam mo ba kung anong ginawa ng anak mo?" tanong ni Tita Janice kay Tito Miguel.

"Abay!Hindi,bakit ano bang ginawa?"Tanong naman ni Tito.

"Nag-over the bakod siya sa bahay nina Alya at pumasok sa kwarto nya" huwisyon pa ni Tita.

Andito lang ako sa kusina habang nakikinig sa kanilang diskusyon sa sala,nagluto na din ako ng adobo at nagsaing na din ng kanin.

"Kilala mo naman ang Anak mo Janice"sagot naman ni Tito.

"Kaya nga,alam mo bang lahat lahat minana nya sayo ha?.Natatandaan mo bang ganyan ka din noon kaya siya nagawa ha?" sigaw pa ni Tita.

Napanganga at namilog ang mata ko dahil sa narinig ko galing kina Tita Janice at Tito Miguel. *Oh my holy saints, did I just overhead things?*

'So, baka posibleng mangyari sa'min yun? Hala! Lord is this what we called cheating?' wika ni Alya sa sarili at patuloy pang nasasamid sa kanyang kape.

"Goodmorning,Ma,Pa" boses 'yon ni James narinig ko din ang mga lakad nito na bumababa ng hagdan natahimik din sina Tito at Tita bigla.

"Goodmorning" bati pa nito sa'kin at iniwasan ko lang s'ya.Diko din inasahang maabutan pa nya yung kamay ko gusto kung makawala pero sobrang lakas ng pwersa nya. Iginiya n'ya naman ako at pinaupo ulit sa upuan ko.

"Problema mo?Ha?"seryosong tanong nya. *Problema kita kung alam mo lang!.*

Tatayo na sana ako ng hilain nya ang upuan ko at inilagay ang kanyang hita sa aking hita kaya kahit anong tayo ko ay hindi ko magawa.

"Wala!,mahuhuli na ako sa simbahan pwede ba?.Paki alis ng hita mo Lieutenant at wala akong panahon makipag-usap sayo" sambit ko pa sa kanya, hindi ko na mabasa ang espresion sa kanyang mukha diko alam kung galit s'ya o hindi.*Ah basta, bahala na.*

"Ayoko!, mag-uusap tayo sa ayaw at sa hindi!" wika naman nito,sasagot na sana ako ng pumasok sina Tita at Tito sa kusina.

"James!" sigaw ni Tita sa kanya pero hindi lang 'to nakikinig. "Anak, magsisimba pa yan si Alya ano ba yan.Mas mabuti pang pag-usapan nyo nalang yan pag-uwi nya" wika ni Tito at tinapik tapik lang ang balikat nito.

"Hintayin mo 'ko magbibihis lang 'ko , wag kang aalis dyan" seryosong pagkakasabi nya habang nakatingin sa'kin at umalis na.

Ano ba kasing problema nya?Di'ba dapat ako yung magagalit sa kanya kasi una, inaya n'ya ako na makipagdate sa kanya tapos ganon pa ang nangyari parang unfair naman diba pero hindi ko dapat 'to maramdaman kasi wala namang kami.Saka Pangalawa pa, dapat talaga ako magalit sa kanya kasi nag-akyat bahay sya sa bahay ko at pwede ko syang ipa-baranggay kung ganoon. Pero paano kaya kung merong nangyari sa'min o baka ginalaw nya ako habang tulog ako kaya paggising ko wala syang damit pang-itaas.Hala!,di na ba ako virgin?Yung puri ko?.

NASA SIMABAHAN na kami at nakikinig ng homiliya ng Pari at panay sulyap lang ako sa kanya,kahit magkatabi kami sa isang upuan. Nararamdman ko pa din ang pagkabagot nya at para bang papatayin nya ako pagkatapos ng simba.

"Peace be with you" wika ko pa sa kanya. Hinawakan nya lang ang bewang ko at inilapit sa kanya at hinalikan ako sa noo.

"Much better" mahina naman niyang wika, na ipinagtaka ko. *Ano ba ito?Date na ba tawag dito?*

Pagkatapos ng simba ay lumabas na kami at sumakay na sa kotse niya,kasi ayaw niyang mag dala pa ako ng sasakyan.Habang nasa daan ay diko pa ding maiwasan ang magtanong dahil sa mga konklusyon na naiisip ko.

"Bat sa bahay ka natulog?Ha?Alam mo bang pwede kitang ipabaranggay sa ginawa mo?.Sinira mo pa doorknob ng pintuan namin?" sunod sunod kung tanong sa kanya pero wala pa ding nagbago sa ekspresyon ng kanyang pagmumukha.

"Kasi lasing ako umuwi kagabi at di na ako napagbuksan sa'min kaya nakitulog nalang ako sainyo. Eh, ano namang masama 'non ginagawa naman natin yun dati ah" sagot pa nito at palihim na ngumisi.

"Ano ba ha?Kulang ka ba sa pansin at ginugulo mo 'ko?" sigaw ko sa kanya na syang ikinagulat nya at hininto ang kotse nya.

"Ginugulo?Hindi kita ginugulo ikaw nga 'tong umiiwas sa'kin,eh.Para saan 'yon,ha?Bat ka ba umiiwas sakin?" sunod sunod na naman ang tanong niya.

"Are we cheating with your girlfriend?Are you making me as your temporary ish?" diretsyang tanong ko sa kanya.

"No.I don't have a girlfriend at matagal na kaming wala ni Veronica.Why are you mad?. Nagseselos ka ba because of that stupid kiss?. You know me Alya. Nagseselos ka ba dahil sa halik?, well tell me kasi I want to kissed you badly" Sigaw nya.

"Why would the heck I'll be jealous with her. Gosh James you're so pathetic!" wika ni Alya kay James. Punong-puno siya sa sobrang inis at irita sa binata.

"You should not be jealous of her 'cause she's not part of your life"

Diko na mapigilang umiyak sa mga pinagsasabi n'ya kaya naiyak nalang ako.Naguguluhan na din ako sa mga nangyayari.His just a friend at bakit ganito ang mga nangyayari sa'kin.

Agad namang lumapit si James kay Alya at niyakap yon ng mahigpit at hinayaang umiyak sa kanyang balikat.He knows Alya the most,he knows kung paano ito mag-isip sa mga bagay-bagay at paano ito kumilos.Lahat ay basang basa na nya tungkol sa dalaga kaya alam nyang may kirot ito sa puso.

"Wag kana mag-overthink sa about kay Veronica, okay?. You're different mas maganda ka 'don, at matalino pa. Matagal na kaming wala at umuwi ako para magspend ng time for you, that's why I'm asking you if you like to date me" mahinahong wika pa nito at pinawi ang mga bumabagsak na luha sa pisngi ni Alya. "Stop overthinking, Ali" wika pa nito at hinalikan si Alya sa noo nito.

Kabanata 3

Papunta na ako sa paaralan para makipag bonding sa mga bata kahit walang pasok nagiging habit ko na ang pumunta doon araw araw.Lalo na ngayon at ilang araw na lang ay pasko nya,gusto kung mafeel nila na masaya ang pasko kahit andito lang sila sa orphanage.

Nagdala na din ako ng mga ingredients para may maluto ang mga madre doon at mga parol at mga wallpaper para palitan ang mga wallpaper ng mga kwarto ng mga batang andoon.

"Mommy diba po wala na kayong work ngayon kasi vacation n'yo na po?" tanong naman nung isang bata sa'min.

"Yes nak,pero mommy wants to spend a whole vacation with you all"sagot ko pa sa bata , napakamot lang 'to sa kanyang ulo.

"Mommy wag ka nga kasing mag-english di kita maintindihan"sagot pa nito at tumawa lang ako sa kanya. *Makulit talagang batang'to.Kung di lang siya kyut baka sinako ko na'to.*

Nagsimula na kaming maglinis sa kanilang bahay,ginawan kasi sila ng malaking bahay para magkasya ang mga bata doon.

"Ma'am Alya may naghahanap po sa inyo" wika nung isang madre sakin.

"Sister,pupuntahan mo nalang po siguro siya dito kasi mahihirapan ako sa pagbaba kung baba po ako dito" sagot kay okay Sister.

Nandito lang ako sa taas ng kisame para magdikit ng mga Christmas decor at lights pati na din mga parol para naman gumanda ang sala ng bahay nila.

"Alya!" isang pamilyar na boses ang narinig ko mula sa baba.Titignan ko sana ito ng biglang umilaw ang lights at nawalan ng balanse.

Agad naman siyang nasalo ni James ng malaglag ito,dahan dahan syang binaba nito pero tanging kulay itim lang ang nakita nya.

"Bat ka pa kasi umakyat" maawtoridad na sabi nito sa kanya.

"Wala akong Makita" maiyak iyak na sagot ni Alya,naramdaman niyang may dumapong kamay sa kanyang pisngi at hinihipan ang kanyang mata.

"Meron na?" mahinahong tanong nito sa kanya.Umiling lang si Alya agad naman syang inaalayan ni James para umupo.

"Sir,water po oh.Okay lang ba si Mommy ko?" narinig ko 'yon at isa 'yon sa mga bata.

"Thankyou,okay naman siya" mahinang sagot nito.

"Napuwing ka ba?Alisin mo nga 'yang kamay mo?" seryosong wika nito at pinilit alisin ang kamay ko.

"Hindi,wala 'to.Bitawan mo nga ako" masungit na sagot ni Alya at pumikit nalang ng ilang minuto hinayaan lang sya ni James at naramdaman din niyang umalis na ang binata sa tabi nya.

Dahan dahan niyang iminulat ang kaniyang mga mata at bumalik na ito sa ayos.Nakita kung pinagpatuloy na ni James at ng iba nyang kasamahan ang pagkakabit.

"Okay ka na po ba ,Mommy?"tanong pa nung isang bata.

Sasagot na sana ako ng napasigaw si James,kaya agad akong napatayo.

"Shit!" sigaw nito at nang tignan ko sya ay nag dugo ang kanyang kamay.

"Paki off nga nung main switch" utos pa nya sa mga binatilyong andon.Bumaba na din sya sa hagdan at agad naman kaming nag silapit sa kanya.

Agad na kinuha ni Sister Lynda ang kamay nya at nakita naming natusok sya ng maliit na kahoy at nagdudugo ito pero nung lumapit si Alya ay tinago nya ito.

"Sus malayo lang yan sa bituka,Sister.Kaya na nya 'yan" sambit pa ni Alya at inirapan lang si James.

"Oh sya kukuha lang ako para magamot sya"pagpapaalam pa ni Sister.

"Mommy kawawa naman si Sir" wika nung mga bata at tinuro si James na umaarting nahihirapan at nasasaktan sa harap ng mga bata.

Agad namang umiral ang konsensya ko dahil sa pangyaya ng mga bata sa akin.Para bang nagmamakaawa silang lapitan ko si James.

"Akin na yung kamay mo ng maputol 'yan" wika ko at hinablot ang kanyang kamay.

"Tatanga tanga pa kasi 'yan na tuloy" mahinang sambit ko.

"Aray!"sigaw naman ni James kahit hindi pa nagagamot ang kanyang kamay.

"Hala,Mommy bat mo naman po inaway si Sir?Diba bad po 'yon Mommy" wika pa nung mga bata.Nang tignan ko si James ay tinuturuan pa ang mga bata kung anong sasabihin kaya himapas ko nalang sya.

"Bad 'yon di'ba?Bad pala Mommy nyo 'no?" wika naman ni James sa mga bata dahil sa sobrang pagkainis ni Alya ay kinuha nya ang tweezers at kinuha agad ang kahoy sa kamay ni James at binuhasa ito ng alcohol.

"Anak ng-"pinutol naman ni Alya ang mga susunod na sasabihin ng binata.

"Bawal po magmura dito" nakangising sabi ni Alya kay James habang ito'y nilalabanan ang hapding nararamdaman.

Dumating naman agad si Sister Lynda na may dalang mga band-aid.

"Akin na kamay mo" mahinahong sabi ko sa kanya at dali dali nya naman 'tong binigay kaya binan-aid ko na ito.

PAGKATAPOS namin magdecorate doon ay nagpahinga muna kaming lahat at nakipag kwentuhan sa mga caretakers at mga batang andoon.

"So Ma'am dito po kayo magcecelebrate ng pasko?" tanong naman nung isang caretaker ng bahay.

"Opo,ako lang din naman mag-isa sa bahay kasi nag-out of town sina Mama at sa bagong taon pa lang sila uuwi" sagot ko naman sa kanya.

"Pero Nak,di 'mo naman kailangang mamalagi dito.Kailangan mo din namang mag-enjoy bilang isang dalaga at hindi bilang tumatayong ina dito"sambat naman ni Sister Lynda.

"Dito po talaga ako nag-eenjoy eh,kasama ang mga bata" maikling sagot ko.

"Ilang taon kana po ba?" tanong naman nung isang bata na parang highschool na din.

"26 palang" sagot ko naman sa kanya.

"Oh hija,kay bata mo pa pala, wala ka bang planong mag-asawa na?" tanong naman ni Manong Janitor sa'kin.

Umiling iling nalang ako bago sumagot. "Naku po,Manong hindi naman po siguro karerahan ang pag-aasawa saka wala pa po yan sa pag-iisip ko" magalang kong sagot sa kanila.

"Pero may nanliligaw naman po sa'yo?" tanong naman nung isang babae.Bago pa man ako makasagot ay nagsihiyawan sila at ngumiti nalang ako.

"Kay gandang bata ni Alya tas walang manliligaw?.Mukang pinagkakaguluhan ata sya ng ibang sundalo dito." Pasimpleng sagot naman ni Sister Lynda.

Habang nag-uusap sila ay dumating naman bigla si James at tumabi ng upo kay Alya pero di lang nya pinansin ito.Nasa tamang pakikinig lang si James sa usapan.

"Wala po'ng ganon,hindi po ako ligawin eh" sagot naman ni Alya.

"Sus kunwari pa si Teacher Alya,eh! kaya nga tumatambay yung mga sundalo sa basketball court para makita ka eh" pang-aasar naman nung isang babaeng estudyante.

"Abay mauna muna kami ni Sister Lynda para makapagluto na ng tanghalian" pagpapaalam pa ni Manong.

"Sige po" wika ko.

"Ako din po kasi may labahin pa po ako eh"pagpapaalam din nung isang estudyanteng babae at tumango lang si Alya.

Sila nalang dalawa ni James naiwang andon at wala silang kibuan dalawa. Hindi umimik si James at nakatingin lang sa mga decoration sa kisame si Alya naman ay nagc-cellphone lang.

"TARA KAIN TAYO" pag-aaya ko kay Alya malapit na ding mag-11 kaya inaya ko syang kumain.

"Busog pa ako" wika niya pero alam kung nagsisinungaling siya kasi kanina pa tumutunog ang tiyan nya.

"Busog?Maawa ka naman sa t'yan mo kanina pa nagugutom,kaya ka namamayat kasi hindi mo pinapakain sarili mo" asta ko pa sa kanya,bigla naman syang sumimangot habang nakaharap sa cellphone nya.

"Paki mo!?. Saka hindi ko alam na dapat pala ako kumain kasi magagalit ka?" mahinang tugon ni Alya.Hindi na mapigilan ni James ang kanyang sarili kaya hinila na nya si Alya at ang bag nito patungo sa labas ng campus.

"Ano ba kung makahila ka naman" reklamo pa ni Alya habang pinapasok ni James sa kotse nya. "Ito na nga papasok na,bitawan mo nga ako"

Sasakay na sana si James sa driver seat ng huminto ang sasakyan ni Genesis sa gilid nila kaya malakas na isinarado ni James ang pinto ng kanyang sasakyan na syang ikinagulat ni Alya sa loob.

MAAGA akong nagising kaya nagluto na ako ng makakain para kay Bridgette at Alya na tulog na tulog pa dahil sa kanonood at kakachismis.Nakitulog lang ako sa bahay nina Alya kasi gusto ko lang siyang makatabi.Ewan ko ba, hinahanap ng katawan ko yung amoy nya saka komportable akong nasa tabi nya.

Pagkatapos kung magluto ay bumalik muna ako sa kwarto nya at naisipang gisingin sya.Si Bridgette ay nasa kwarto ni Alya at kaming dalawa naman ay nasa kwarto ng magulang nya.Umakyat ako at tinabihan sya sa kanyang kama at niyakap sa likuran nya.Dahan dahan ko syang hinalikan sa kanyang noo pati na din sa kanyang leeg.

Narinig ko din ang mahina nyang ungol ng ilapat ko ang labi ko sa kanyang leeg.Palihim nalang akong ngumiti sa likuran nya.

"Gising na po kakain na po tayo" magalang at mahinang bulong ko sa kanya,agad naman syang gumalaw at tinignan ako ng mariin.

"Bakit ka nanaman andito?" pagtatakang tanong nya.

"Goodmorning sleepyhead" wika ko at muling hinalikan ang kanyang noo.

Nagsimula na kaming mag-almusal kasama si Bridgette na papaalis na din,buti na lang at napilit na kumain dito.

"Alis na ako,Kuya James,Ate Ali" pagpapaalam pa nito.

"Bakit onti lang yang kinain mo,magbaon ka!" wika ko sa kanya tinaasan nya lang ako ng kilay.

"Oo nga Bri para may makain ka sa daan" sang-ayon naman ni Alya.

"Okay lang ako,Ate.I really need to go,mala-late na ako sa work ko at may meeting pa ako.I really need to go,thanks sa breakfast Kuya" pagmamadaling sabi nya at umalis na.

"She's doing great" mahinang sambit ni Alya, she must be proud seeing Bridgette working by herself.

"You're doing great also" wika ko naman sa kanya na syang ikinasamid nya.

"Plastic mo din eh 'noh" asta nya at umalis na sa kinauupuan nya at pumunta sa sala.

Nagsimula na akong magligpit ng mga pinagkainan naming at maghugas ng plato. Narinig ko ding tumawag sina Tita Andrea at Tito Alejandro kay Alya to check her. Masaya sila pakinggan kasi nag chichismisan sila na parang magkaibigan lang at kung sino sinong binabanggit na pangalan, mga babae nga naman.

Pagkatapos nilang mag-usap ay bumalik si Alya sa kusina habang ako naman ay nagluluto para sa lunch namin. Napagdesisyonan ko din na manatili muna dito at wag muna pumunta sa kampo para makabawi naman kay Alya.

"Maliligo muna ako, bantayan mo muna cp ko" magalang na wika nya at nilapag ang kanyang cellphone sa lamesa at umalis na.

"Yes, Ma'am" sagot ko pa sa kanya at nagpatuloy sa pagluluto.

Nasa kalagitnaan ako ng pagsasaing ng tumunog ang messenger nya na para bang may tumatawag dito, agad ko namang tinignan kong sino 'yun at sinagot.

"Al- ay Tenyente" gulat na banggit ni Genesis ng makita ang pagmumukha ko.

"Anong kailangan mo ,Zamora?" seryosong tanong ko sa kanya napakamot na lang 'to sa kanyang ulo bago sumagot.

"Eh kasi yayayain ko sana si Alya Sir na kumain sa labas...magpipicnic kasi kami ngayon baka gusto nya sumama?" nakangising ani nito.

"Pag-iisipan ko,sino ba kasama nyo?"seryosong tanong ko sa kanya.

"Mga nasa unit ko!"sagot naman nito.

"Ayoko,may sakit siya bawal siya lumabas" wika ko sa kanya akma ko na sanang papatayin 'yon ng magsalita nanaman ang pilyong 'yon.

"Pupunta nalang kami dyan" suggest pa nya at nakangiting kumikidhat kidhat.

"Nakakahawa yung sakit nya,at ayaw niyang tumanggap ng mga masamang hangin sa bahay nya.Wag ka nang magmatigas Zamora,ako ang boyfriend kaya wag kang umastang parang manliligaw nya" sigaw ko sa kanya at pinatay ang tawag at ibinalik ang cellphone ni Alya sa lamesa saka inihain na ang pagkain.

'Wala akong paki kung masira yung pagkakaibigan namin ni Zamora kaysa naman sa mawala na naman sakin si Alya,mahirap na at baka mapunta pa sya kay Zamora.Marami pa namang taong pwedeng kaibiganin dyan!' bulong ko sa sarili ko.

PAGKATAPOS MALIGO AT MAGBIHIS NI ALYA ay bumaba na sya para balikan ang kanyang cellphone at kamustahin ang binata doon.

"Kain na Ma'am" bungad ni James sa'kin hindi nalang ako umimik at umupo na din doon para kumain.

"May lakad ka ba?"tanong naman nya umiling iling nalang ako at nagsimulang kumain.

Mga ilang minuto na din kaming tahimik pero binasag lang 'yon ng magsimula ulit na magsalita si James.

"Tumawag si Zamora kanina habang naliligo ka kaya sinagot ko na" ani naman nito.

"Tapos?ano daw sabi?"tanong ko naman sa kanya,nakatingin lang ito sa kanyang plato ni 'di nga tumitingin sa direksyon ko.

"Magpipicnic daw kayo ngayon isasama ka,pero sinabi kong may sakit ka at nakakahawa ang sakit mo" mahina pa niyang sabi na para bang nahihiya sya.

"Ano?Ano naman ang sabi nya?"pagtatakang tanong ko ulit sa kanya.

"Wala"sagot naman nya.

Hindi na ako sumagot alam ko din namang nagsisinunggaling sya. *'Ano kaya ang sinabi nya kay Genesis baka nagalit 'yon sakin dahil sa kanya'*

ANDITO KAMI SA orphanage para kamustahin ang mga bata nagdala na din kami ng mga prutas at gulay para may makain sila dito.Iniwan lang ako ni James dito kasi may pupuntahan sya at kukunin niya ako pag gusto ko ng umuwi.

"Napadalaw ka, Alya?" tanong pa ni Sister Lynda.

"Ay opo namiss ko po kasi 'tong mga makukulit na 'to" wika ko habang pinipisil ang mga pisngi ng mga bata.

"Salamat sa mga pagkaing dala mo" pagpapasalamat pa ni Sister Lynda sa'kin. "Naku walang anuman po" sagot ko pa sa kanya at tinapik tapik sya.

"Nga pala, Alya sinong naghatid sayo dito napansin ko kasing hindi mo dala ang sasakyan mo" wika pa saki ni Sister Lynda.

"Si Tenyente Komandante po" magalang na sagot ko habang sinusuklayan ang isang bata.

"Si Lieutenant Zamora ba?" tanong naman nya, pero umiling iling lang ako.

"Si Lieutenant Jimenez po" sagot ko naman nagulat naman ako ng sikuhin ako ni Sister sa likuran ko. "Bakit po?" pagtatakang tanong ko naman.

"Ano bang meron sa'yo at ng Tenyente?" seryosong tanong naman nya. Sa totoo lang din di'ko din alam kung anong meron sa amin o kahit anong napapagitan sa aming dalawa. Lately naninibago ako sa mga kinikilos at inaakto nya.

"Kababata ko po" sagot ko naman.

Pati din naman ako naguguluhan din sa sarili ko I keep asking myself kung paano kami ay dumating sa ganto eh hindi naman kami ganito noon. I'm so confused about this connection. I don't know how I can handle the next situation pag napasobra na 'to.

"Magkaibigan kayo since bata pa po kayo?"tanong naman ni Jerika isa sa mga high school student dito.

"Oo, simula na din kasi noon magkaibigan na talaga mga parents namin saka magkatabi lang bahay namin kaya naging close na din kami sa isa't isa" mahinahong eksplenasyon ko sa kanya.

"Hindi naman po ba kayo nagkaroon ng any mutual feelings sa isa't isa?" tanong nya ulit,matagal bago ako nakasagot sa kanya.

"Di Ko din alam,eh"pagsisinungaling ko pa.

I know myself,I know what I feel inside about James pero malabo na. Gusto ko sya pero natatakot ako umamin kasi naguguluhan ako sa nafeeel ko sa kanya.Hindi ko alam kung gusto ko lang sya o baka mahal ko na sya.

UMUWI NA KAMI sa bahay ng salubungin kami ni Tita Janice.

"Gabi na ah,pasok na sa loob mukhang uulan na naman ngayon"wika pa nito sa'min.

Pumasok na agad kami sa loob kasi sobrang lamig at mahangin sa labas uulan na ata.

"Pasok na sa kusina Alya at kakain na tayo" wika naman ni Tito na naka-apron pa mukhang sya yung nagluto ngayon.

Nagsipasok na kami sa kusina at nagsimula ng kumain pero bago pa kumain ay nagdasal muna kami,nagulat naman ako sa paghawak ni James sa kamay ko.

"Thankyou Lord sa mga pagkaing inihain nyo sa ibabaw ng hapagkainan naming,nawa o Diyos kami'y mabusog at ito ang magdala sa pamilyang 'to ng kasaganahan,proteksyon,biyaya,at walang hanggang pag-ibig" ani ni Tito Miguel nakapikit lang kaming lahat at si Tita Janice naman ang nagsalita.

"Salamat Ama sa patuloy na pagbabantay sa aming mga anak na sina Alianna at James sa kani-kani lang mga trabaho.Bigyan nyo din po ng kasaganahan at ilayo nyo po sa sakit ang aming pamilya at kami'y panatilihing masaya,Amen"

"Amen"tugon naman naming lahat.

Kukuha na sana si James ng kanin ng hampasin ni Tita Janice ang kamay nito.

"Mama" sabi pa nito na parang bata.

Mariing tinignan naman kaming dalawa ni Tita Janice. "Kayo bang dalawa pag kumakain hindi nagdadasal?" seryosong tanong pa nito,agad ko lang tinignan si James.

"Hindi"mahina namang sagot nito.

Bumalik naman ang tingin ni Tita Janice sakin na syang ikinakaba ko.

"Alya dapat ikaw yung maglead ng prayer kasi itong si James ay napaka-tamad magpasalamat sa Diyos" wika pa ni Tita kaya tumango nalang ako.

"Ito tatandaan nyong dalawa na wala kayo sa mundo kung wala ang Diyos.Sa lahat ng bagay dapat nauuna si Lord at hindi ang sarili nyo" mahinahong wika ni Tito.

PAGKATAPOS KUMAIN ay pumunta muna kami sa sala habang sina Tito Miguel at James naman ay naglilinis ng kusina.

"Ganon po ba si Tito Miguel dito,Tita?"pagtatakang tanong ko kay Tita Janice.

"Ay oo simula pa nung nanliligaw pa 'yan"wika ni Tita na may halong pagmamalaki.

Swerte naman ni Tita kay Tito parang nagiging prinsesa lang si Tita sa bahay nila na may prinsepeng nagsisilbi sa kanya.

"Bakit naman Nak,nung andon pa si James natutulog sa inyo hindi sya kumikilos?"tanong pa ni Tita napalunok nalang ako bago sumagot.

"Ganyan din naman po"mahinang sagot ko.Napagtanto kung may pinagmanahan din naman talaga sya at pinalaki sya ni Tita Janice ng maayos.

"Abay dapat lang talaga wag kang papayag na hindi ka pagseserbisyohan ng lalaki lalo na't tayong mga babae ay nanahimik lang sa buhay kusa lang din naman kasing dumadating yan sila eh.Tas manliligaw tas ayon magugulo na ulit 'yung buhay mo" seryosong wika naman ni Tita kaya tumango tango na lang din ako.

Naisipan ko nalang na ibahin yung topic kasi sobrang nakakailang.

"Nga pala Tita bili kaya tayo Decoration may pa Christmas Sale yung mga Mall ngayon" masayang ani ko pa sa kanya.

"Ay oo nga 'no,buti nalang at sinabi mo muntik ko ng makalimutan" wika pa nya.

PAGKATAPOS NAMING maghugas ni Papa ay sinamahan nanamin sila sa sala,nakita ko namang may nililista si Mama at si Alya naman ay may ipinapakita kay Mama na picture,tumabi nalang ako sa kanya at sumandal pero di nya lang ako pinansin.Narinig ko ding nagplaplano sila sa darating na pasko.Malapit na din ang pasko at 8 days nalang at pasko na.

"Tita magpapa spaghetti po ba tayo?"tanong pa ni Alya kay Mama.Umayos ako ng upo at naisipang humiga sa hita ni Alya nagulat nalang ako ng himpas 'ko ni Mama.

"Wag ka ngang magulo,Anak" galit na wika nito pero agad din namang nabago ang ekspreyon nito ng sumagot ito kay Alya.Parang unfair lang din sa side ko,ako yung Anak pero sa'kin nagagalit.

"Ay sige magsalad na din tayo" huwisyon pa ni Mama.

Habang nakahiga sa hita ni Alya ay napatitig nalang din ako sa kanya.Sobrang saya nya lang tignan,even I just stared at her para akong natutunaw.Tinignan ko din si Mama at ang sobrang saya nya lang din.Habang tinititigan ko si Alya ay may mga tanong pa din na pumapasok sa isip ko. *Pa'no kaya 'ko magpropropose sa babaeng to?.Damn! I really want to marry her right now'*

Naiimagine ko na ang mga scenario sa utak ko,kung anong sasabihin ko sa wedding vow namin at kung anong itatawag ng anak ko sakin.

Habang nasa byahe ay panay buntong-hininga lang si Alya at ito'y kinainis naman ni James kaya agad naman itong pinaharurot ang sasakyan na siyang ipinikit at ikinasigaw ni Alya. Nakahawak si Alya sa braso ni James ng mahigpit.

"Whaaaaa!Demonyo ka…." sigaw nya kaya binagalan ko ulit ang sasakyan at palihim na natuwa sa reaksyon nya.Nang bumagal na ang sasakyan ay himpas hampas nya nanaman ako pero tumawa lang ako sa kanya.

"Takot na takot ah" mahinang wika ko sa kanya,sumimangot lang ito at nag-iwas ng tingin.

"Bakit mo ba ako ginaganyan ha?Wala naman akong ginawa sayo,look.You just went back pero naninira ng buhay ng ibang tao,is that how they teach you in training?Parang hindi naman,ah" seryosong ani ni Alya kay James.

"Ikaw din naman,parang hindi na ikaw 'yan. I know you've changed a lot, you become mature not like before at ganun din ako honestly.Pero di ako ready na makita kang ganyan, I want my Alya back like we used to be before.Yung Alya'ng pinangakuan ko"tugon din ni James matagal bago sumagot si Alya.

"Hindi mo naman tinupad,eh" wika ni Alya sa kanya at natahimik lang si James.

James realized that he already messed everything and also the girl he loved from his childhood.Alam nyang nasaktan nya si Alya kaya naman ay naisipan nyang bumawi sa mga pagkakataong wala sya sa tabi ni Alya.

NASA LOOB na sila ng restaurant at patuloy pa ding walang imik at kumakain lang sila ng kumain.Pagkatapos nilang kumain ay nag-open up na din si James kay Alya.

"May nanliligaw ba sayo?"diretsong tanong ni James kay Alya na muntik ng mabilaukan.

"Ano?...I mean wala,bakit?" pagtatakang tugon ni Alya sa binata na nakatitig lang sa kanya.

"So,hindi dumidiskarte si Lieutenant Zamora sayo?" seryosong tanong nito.

"Noon,pero nung malaman nyang magkaibigan kami ni Bridgette ay tumigil na sya, I don't know why and even understand what is his reason for that maybe tinakot sya ni Bridgette or takot sya kay Bridgette,but its still good kasi we're best friends na ngayon" pagpapaliwanag pa ni Alya habang nag-eenjoy sa kanyang pagkain hinayaan nya lang na magtanong si James sa kanya.

"Ikaw?Wala ka bang dini diskartehan ngayon?.Balita ko wala ka daw'ng babaeng hindi iniiwan na hindi luhaan." pagtatanong pa ni Alya.

"Who tell you that?"asta pa ni James.

Umiling iling lang si Alya, "Bakit guilty ka?" kalmadong tanong nito.

Natahimik na naman sila at hinintay lang ni James na matapos si Alya kumain at saka nagbayad na.Lumabas na sila doon at pumunta sa parking lot kung saan nakapark ang sasakyan ni James at sumakay na sila doon.

"Hatid mo nalang ako sa Café" wika pa ni Alya dito,nagtaka naman si James sa sinabi nito kaya tinanong niya 'to ulit.

"Bakit 'don ka magpapahatid?Di kana ba uuwi?"sunod sunod na tanong nito.

May naisip namang kalokohan si Alya upang mainis si James.

"Hindi pa mamaya pa akong 9pm uuwi o baka bukas na din" tugon naman nito.

"Anong gagawin mo don?At bakit gabi na uuwi?" pagtatakang tanong ni James sa dalaga.

"Bat kaba nagtatanong,you don't even care" supladang pasagot nito.

"Mukha mo don't even care!,hibang kaba?Kababae mong tao 9 ka uuwi?Sasama ako!" tugon pa nito.

"Tsk,may date ako at I'm sure ihahatid din ako ng boyfriend ko sa bahay"malakas na wika ni Alya.Nag-iiba na ang emosyon ni James.

"Sasama ako" may awtoridad na sagot naman nito sa dalaga.

"Sasama?Baliw ka ba?Date nga 'yon tas sasama ka?May date ba na tatluhan ha?" pang-iinis pa ni Alya.

"Wala akong paki,nagdadate naman tayo ngayon ah"asta pa ni James dito na syang ikinatahimik ni Alya."Bahala ka,sasama ako sa inyo sabihin mo nalang sa jowa mo na kuya mo ako"

"What?Seriously James?"reaksyon pa ni Alya sa mga pinagsasabi ni James.

"Do I look like I'm joking?"seryoso pa nitong tanong.

Kabanata 4

MAAGA akong nagising kaya nagluto na ako ng makakain para kay Bridgette at Alya na tulog na tulog pa dahil sa kanonood at kakachismis.Nakitulog lang ako sa bahay nina Alya kasi gusto ko lang siyang makatabi.Ewan ko ba, hinahanap ng katawan ko yung amoy nya saka komportable akong nasa tabi nya.

Pagkatapos kung magluto ay bumalik muna ako sa kwarto nya at naisipang gisingin sya.Si Bridgette ay nasa kwarto ni Alya at kaming dalawa naman ay nasa kwarto ng magulang nya.Umakyat ako at tinabihan sya sa kanyang kama at niyakap sa likuran nya.Dahan dahan ko syang hinalikan sa kanyang noo pati na din sa kanyang leeg.

Narinig ko din ang mahina nyang ungol ng ilapat ko ang labi ko sa kanyang leeg.Palihim nalang akong ngumiti sa likuran nya.

"Gising na po kakain na po tayo" magalang at mahinang bulong ko sa kanya,agad naman syang gumalaw at tinignan ako ng mariin.

"Bakit ka nanaman andito?" pagtatakang tanong nya.

"Goodmorning sleepyhead" wika ko at muling hinalikan ang kanyang noo.

Nagsimula na kaming mag-almusal kasama si Bridgette na papaalis na din, buti na lang at napilit na kumain dito.

"Alis na ako, Kuya James, Ate Ali" pagpapaalam pa nito.

"Bakit onti lang yang kinain mo, magbaon ka!" wika ko sa kanya tinaasan nya lang ako ng kilay.

"Oo nga Bri para may makain ka sa daan" sang-ayon naman ni Alya.

"Okay lang ako, Ate. I really need to go, mala-late na ako sa work ko at may meeting pa ako. I really need to go, thanks sa breakfast Kuya" pagmamadaling sabi nya at umalis na.

"She's doing great" mahinang sambit ni Alya, she must be proud seeing Bridgette working by herself.

"You're doing great also" wika ko naman sa kanya na syang ikinasamid nya.

"Plastic mo din eh 'noh" asta nya at umalis na sa kinauupuan nya at pumunta sa sala.

Nagsimula na akong magligpit ng mga pinagkainan naming at maghugas ng plato. Narinig ko ding tumawag sina Tita Andrea at Tito Alejandro kay Alya to check her. Masaya sila pakinggan kasi nag chichismisan sila na parang magkaibigan lang at kung sino sinong binabanggit na pangalan, mga babae nga naman.

Pagkatapos nilang mag-usap ay bumalik si Alya sa kusina habang ako naman ay nagluluto para sa lunch namin.Napagdesisyonan ko din na manatili muna dito at wag muna pumunta sa kampo para makabawi naman kay Alya.

"Maliligo muna ako,bantayan mo muna cp ko" magalang na wika nya at nilapag ang kanyang cellphone sa lamesa at umalis na.

"Yes,Ma'am" sagot ko pa sa kanya at nagpatuloy sa pagluluto.

Nasa kalagitnaan ako ng pagsasaing ng tumunog ang messenger nya na para bang may tumatawag dito, agad ko namang tinignan kong sino 'yun at sinagot.

"Al- ay Tenyente" gulat na banggit ni Genesis ng makita ang pagmumukha ko.

"Anong kailangan mo ,Zamora?" seryosong tanong ko sa kanya napakamot na lang 'to sa kanyang ulo bago sumagot.

"Eh kasi yayayain ko sana si Alya Sir na kumain sa labas...magpipicnic kasi kami ngayon baka gusto nya sumama?" nakangising ani nito.

"Pag-iisipan ko,sino ba kasama nyo?"seryosong tanong ko sa kanya.

"Mga nasa unit ko!"sagot naman nito.

"Ayoko,may sakit siya bawal siya lumabas" wika ko sa kanya akma ko na sanang papatayin 'yon ng magsalita nanaman ang pilyong 'yon.

"Pupunta nalang kami dyan" suggest pa nya at nakangiting kumikidhat kidhat.

"Nakakahawa yung sakit nya,at ayaw niyang tumanggap ng mga masamang hangin sa bahay nya.Wag ka nang magmatigas Zamora,ako ang boyfriend kaya wag kang umastang parang manliligaw nya" sigaw ko sa kanya at pinatay ang tawag at ibinalik ang cellphone ni Alya sa lamesa saka inihain na ang pagkain.

'Wala akong paki kung masira yung pagkakaibigan namin ni Zamora kaysa naman sa mawala na naman sakin si Alya,mahirap na at baka mapunta pa sya kay Zamora.Marami pa namang taong pwedeng kaibiganin dyan!' bulong ko sa sarili ko.

PAGKATAPOS MALIGO AT MAGBIHIS NI ALYA ay bumaba na sya para balikan ang kanyang cellphone at kamustahin ang binata doon.

"Kain na Ma'am" bungad ni James sa'kin hindi nalang ako umimik at umupo na din doon para kumain.

"May lakad ka ba?"tanong naman nya umiling iling nalang ako at nagsimulang kumain.

Mga ilang minuto na din kaming tahimik pero binasag lang 'yon ng magsimula ulit na magsalita si James.

"Tumawag si Zamora kanina habang naliligo ka kaya sinagot ko na" ani naman nito.

"Tapos?ano daw sabi?"tanong ko naman sa kanya,nakatingin lang ito sa kanyang plato ni 'di nga tumitingin sa direksyon ko.

"Magpipicnic daw kayo ngayon isasama ka,pero sinabi kong may sakit ka at nakakahawa ang sakit mo" mahina pa niyang sabi na para bang nahihiya sya.

"Ano?Ano naman ang sabi nya?"pagtatakang tanong ko ulit sa kanya.

"Wala"sagot naman nya.

Hindi na ako sumagot alam ko din namang nagsisinunggaling sya. 'Ano kaya ang sinabi nya kay Genesis baka nagalit 'yon sakin dahil sa kanya'

ANDITO KAMI SA orphanage para kamustahin ang mga bata nagdala na din kami ng mga prutas at gulay para may makain sila dito.Iniwan lang ako ni James dito kasi may pupuntahan sya at kukunin niya ako pag gusto ko ng umuwi.

"Napadalaw ka,Alya?" tanong pa ni Sister Lynda.

"Ay opo namiss ko po kasi 'tong mga makukulit na 'to" wika ko habang pinipisil ang mga pisngi ng mga bata.

"Salamat sa mga pagkaing dala mo"pagpapasalamat pa ni Sister Lynda sa'kin. "Naku walang anuman po" sagot ko pa sa kanya at tinapik tapik sya.

"Nga pala,Alya sinong naghatid sayo dito napansin ko kasing hindi mo dala ang sasakyan mo" wika pa saki ni Sister Lynda.

"Si Tenyente Komandante po"magalang na sagot ko habang sinusuklayan ang isang bata.

"Si Lieutenant Zamora ba?"tanong naman nya, pero umiling iling lang ako.

"Si Lieutenant Jimenez po" sagot ko naman nagulat naman ako ng sikuhin ako ni Sister sa likuran ko. "Bakit po?" pagtatakang tanong ko naman.

"Ano bang meron sa'yo at ng Tenyente?" seryosong tanong naman nya.Sa totoo lang din di'ko din alam kung anong meron sa amin o kahit anong napapagitan sa aming dalawa.Lately naninibago ako sa mga kinikilos at inaakto nya.

"Kababata ko po"sagot ko naman.

Pati din naman ako naguguluhan din sa sarili ko I keep asking myself kung paano kami ay dumating sa ganto eh hindi naman kami ganito noon. I'm so confused about this connection. I don't know how I can handle the next situation pag napasobra na 'to.

"Magkaibigan kayo since bata pa po kayo?"tanong naman ni Jerika isa sa mga high school student dito.

"Oo, simula na din kasi noon magkaibigan na talaga mga parents namin saka magkatabi lang bahay namin kaya naging close na din kami sa isa't isa" mahinahong eksplenasyon ko sa kanya.

"Hindi naman po ba kayo nagkaroon ng any mutual feelings sa isa't isa?" tanong nya ulit,matagal bago ako nakasagot sa kanya.

"Di ko din alam,eh"pagsisinungaling ko pa.

I know myself,I know what I feel inside about James pero malabo na. Gusto ko sya pero natatakot ako umamin kasi naguguluhan ako sa nafefeel ko sa kanya.Hindi ko alam kung gusto ko lang sya o baka mahal ko na sya.

UMUWI NA KAMI sa bahay ng salubungin kami ni Tita Janice.

"Gabi na ah,pasok na sa loob mukhang uulan na naman ngayon"wika pa nito sa'min.

Pumasok na agad kami sa loob kasi sobrang lamig at mahangin sa labas uulan na ata.

"Pasok na sa kusina Alya at kakain na tayo" wika naman ni Tito na naka-apron pa mukhang sya yung nagluto ngayon.

Nagsipasok na kami sa kusina at nagsimula ng kumain pero bago pa kumain ay nagdasal muna kami,nagulat naman ako sa paghawak ni James sa kamay ko.

"Thankyou Lord sa mga pagkaing inihain nyo sa ibabaw ng hapagkainan naming,nawa o Diyos kami'y mabusog at ito ang magdala sa pamilyang 'to ng kasaganahan,proteksyon,biyaya,at walang hanggang pag-ibig" ani ni Tito Miguel nakapikit lang kaming lahat at si Tita Janice naman ang nagsalita.

"Salamat Ama sa patuloy na pagbabantay sa aming mga anak na sina Alianna at James sa kani-kani lang mga trabaho.Bigyan nyo din po ng kasaganahan at ilayo nyo po sa sakit ang aming pamilya at kami'y panatilihing masaya,Amen"

"Amen"tugon naman naming lahat.

Kukuha na sana si James ng kanin ng hampasin ni Tita Janice ang kamay nito.

"Mama" sabi pa nito na parang bata.

Mariing tinignan naman kaming dalawa ni Tita Janice. "Kayo bang dalawa pag kumakain hindi nagdadasal?" seryosong tanong pa nito,agad ko lang tinignan si James.

"Hindi"mahina namang sagot nito.

Bumalik naman ang tingin ni Tita Janice sakin na syang ikinakaba ko.

"Alya dapat ikaw yung maglead ng prayer kasi itong si James ay napaka-tamad magpasalamat sa Diyos" wika pa ni Tita kaya tumango nalang ako.

"Ito tatandaan nyong dalawa na wala kayo sa mundo kung wala ang Diyos.Sa lahat ng bagay dapat nauuna si Lord at hindi ang sarili nyo" mahinahong wika ni Tito.

PAGKATAPOS KUMAIN ay pumunta muna kami sa sala habang sina Tito Miguel at James naman ay naglilinis ng kusina.

"Ganon po ba si Tito Miguel dito,Tita?"pagtatakang tanong ko kay Tita Janice.

"Ay oo simula pa nung nanliligaw pa 'yan"wika ni Tita na may halong pagmamalaki.

Swerte naman ni Tita kay Tito parang nagiging prinsesa lang si Tita sa bahay nila na may prinsepeng nagsisilbi sa kanya.

"Bakit naman Nak,nung andon pa si James natutulog sa inyo hindi sya kumikilos?"tanong pa ni Tita napalunok nalang ako bago sumagot.

"Ganyan din naman po"mahinang sagot ko.Napagtanto kung may pinagmanahan din naman talaga sya at pinalaki sya ni Tita Janice ng maayos.

"Abay dapat lang talaga wag kang papayag na hindi ka pagseserbisyohan ng lalaki lalo na't tayong mga babae ay nanahimik lang sa buhay kusa lang din naman kasing dumadating yan sila eh.Tas manliligaw tas ayon magugulo na ulit 'yung buhay mo" seryosong wika naman ni Tita kaya tumango tango na lang din ako.

Naisipan ko nalang na ibahin yung topic kasi sobrang nakakailang.

"Nga pala Tita bili kaya tayo Decoration may pa Christmas Sale yung mga Mall ngayon" masayang ani ko pa sa kanya.

"Ay oo nga 'no,buti nalang at sinabi mo muntik ko ng makalimutan" wika pa nya.

PAGKATAPOS NAMING maghugas ni Papa ay sinamahan nanamin sila sa sala,nakita ko namang may nililista si Mama at si Alya naman ay may ipinapakita kay Mama na picture,tumabi nalang ako sa kanya at sumandal pero di nya lang ako pinansin.Narinig ko ding nagplaplano sila sa darating na pasko.Malapit na din ang pasko at 8 days nalang at pasko na.

"Tita magpapa spaghetti po ba tayo?"tanong pa ni Alya kay Mama.Umayos ako ng upo at naisipang humiga sa hita ni Alya nagulat nalang ako ng himpas 'ko ni Mama.

"Wag ka ngang magulo,Anak" galit na wika nito pero agad din namang nabago ang ekspreyon nito ng sumagot ito kay Alya.Parang unfair lang din sa side ko,ako yung Anak pero sa'kin nagagalit.

"Ay sige magsalad na din tayo" huwisyon pa ni Mama.

Habang nakahiga sa hita ni Alya ay napatitig nalang din ako sa kanya.Sobrang saya nya lang tignan,even I just stared at her para akong natutunaw.Tinignan ko din si Mama at ang sobrang saya nya lang din.Habang tinititigan ko si Alya ay may mga tanong pa din na pumapasok sa isip ko.

'Pa'no kaya 'ko magpropropose sa babaeng to?.Damn! I really want to marry her right now'

Naiimagine ko na ang mga scenario sa utak ko,kung anong sasabihin ko sa wedding vow namin at kung anong itatawag ng anak ko sakin.

Kabanata 5

Nagpaalam na kami kay Tita Janice para matulog na at nagpasalamat sa pa dinner nila ni Tito. Nagtext naman si Bridgette na sa condo nalang sya nya matutulog kasi may aasikasuhin pa sya sa kompanya nya.

"Sa kwarto ko nalang ikaw matulog" wika ko pa kay James.

"Bakit ayaw mo ba ako katabi?"pilyong tanong naman nito.

"Hindi" diretsong sagot ko sa kanya.

"Ayoko,tabi nalang kasi tayo" sabi nya.

"Eh,ayoko nga" sigaw ko naman sa kanya.

Akmang papasok si Alya sa kwarto ng kaniyang magulang ng maunahan siya ni James at agad inilock ang pintuan ng kwarto, dahilan ng kaniyang pagkagulat at panay ang paglunok sa sariling laway. Umiirial nanaman ang kaniyang kasumihan ng pag-iisip, bigla nalang pumatak ang mga pawis sa kaniyang likod.

"Ewan ko sayo!" tanging sambit ko at kinuha ang tuwalya sa kabinet pati ang damit ko at tumungo sa banyo ni Mama.Habang naliligo na ako ay napansing kung niregla na pala ako.

'Hala,lagot wala pa naman akong dalang napkin' bulong ko sa sarili ko nagulat naman ako ng may kumatok sa pintuan ng banyo.

"Tapos ka na?" wika nya sa kabilang bahagi ng pinto.

"Ahmm...J-James?"sambit ko sa pangalan nya.

"Oh bakit?"mabilis naman niyang sagot.

"A-Ano kasi...ahmm"putol na tugon ko

"Are you okay?Is there's something wrong?"tanong nya, halata sa boses niya ang pagtataka.

Natahimik ako ng ilang segundo saka naman sya nagsalita.

"Gusto mo ba akong pumasok?May problema ba?" mahinahon na may halong paglalambing boses nito.

"Shut up,Andrei"bangit ko pa sa pangalawang pangalan nya na syang ikina halakhak nya sa kabilang banda.

I have no choice kundi sabihin sa kanya kung anong nangyayari. It's awkward but it's the only way to do.Nilakasan ko ang loob ko bago magsalita.

"James Andrei!"sigaw ko sa pangalan nya.

"Yes po?"mabilis na sagot nito.

"Pasuyo nga.Kunin mo nga yung napkin ko sa kabinet sa kwarto ko.Paki bilisan Lieutenant"utos ko pa sa kanya.

AGAD AKONG pumunta sa kwarto ni Alya para kunin ang napkin nya. Hinalungkat ko ang kabinet nya at kinuha ang isang pack ng napkin at isinara ulit 'yun.I also get her extra undies and clothes to make her sleep comfortable even in her period days. Kinuha ko din ang pinakamalambot nyang comforter at compress saka na bumalik sa kabilang kwarto.

I prepare everything in her bed para di na siya mahirapang hanapin ang mga kailangan nya.Kinatok ko ulit sya sa banyo to let her know na bumalik na ako.

James was very vulnerable and patience he want's Alya to be comfortable with him. It's not his intention to pissed her off lalo na't kabuwanan pa niya ngayon. It's hard having bad cramps during period days, he knew it through google and wikipedia.

"Dala mo na ba?" she asked. "Yes po,maiwan muna kita kung hahanapin mo ako nasa kusina lang ako" pagpapaalam ko pa sa kanya.

Pumunta na ako sa kusina para initin ang compress nya at nagtimpla na din ng gatas. Honestly, half of me is worried when it comes to this kasi wala akong alam sa mga bagay bagay, especially on womens stuff and etc.

'Kaya siguro ayaw nya akong patabihin 'ko kasi meron sya ngayon' nakangising bulong ni James sa kanyang sarili.

James really worried, mas gusto pa niyang sumabak sa bakbakan kaysa maranasan ang reglahin. Based on his mother it's really painful and ended up being more than three days. And watching Alya in deep pain is one of his weaknesses.

Pagkatapos kung mag-asikaso sa kusina ay bumalik na agad ako dala ang isang litrong mineral na tubig,tumbler na may lamang gatas at ang warm-compress para sa puson nya.

Nadatnan ko na ding nakatagilid sya at mahimbing na ang tulog.Tinignan ko ang orasan sa lamesang katabi ng kama at malapit ng mag 11.

"Ali…Ali" panggigising ko pa sa kanya. "Bangon ka muna,Mahal." mahinang wika ko sa kanya.

"Masakit yung puson ko" wika nya habang ang isang kamay ay nakahawak lang sa puson nya.Ramdam ko ang papamilipit nya sa sakit.

"Bangon ka muna,Mahal" wika ko at dahan dahan s'yang inaalalayan sa pag sandal.Inabot ko sa kanya ang gatas at ininom nya naman 'to.

Kinuha ko ang kanyang kamay mula sa puson nya at inilagay ang compress nya.Tinignan nya ako ng mariin kaya hinalikan ko nalang ang kanyang noo at nagulat naman akong yumakap sya sa'kin.

"Andito lang ako don't worry"wika ko sa kanya at iginiya sa pabalik sa kanyang paghiga.

Medjo mainit din sya kaya bumalik ulit ako sa kusina para kumuha ng bimpo at inilagay 'yon sa noo nya.

NAGISING NA 'ko ng wala sa tabi ko si James kaya napagdesisyonan kung hanapin sya sa baba.Pumunta ako sa kusina pero wala s'ya don kaya pinuntahan ko nalang sya sa labas at nakita kung dinidiligan nya ang halaman ni Mama.

Bumalik nalang ako sa kusina para magtimpla ng gatas at kape para sa kanya.Nakita ko din na pareho sila ng ginagawa ni Tito Miguel,nagdidilig din kasi ito ng mga pananim ni Tita.

Nilapitan ko nalang si James at ibinigay ang kape sa kanya,nilapat lang n'ya ang palad n'ya sa noo at sa leeg ko bago tinanggap ang kape. *He looks so worried and stressed, wala ba siyang tulog? Binantayan niya ata ako ng buong gabi?*

"Wala ka na bang lagnat?" tanong pa nya kaya umiling iling lang ako.

"Ako na gagawa n'yan"wika ko pa sa kanya at akmang kukunin ang hose ng agad nya namang itinapat sa'kin kaya nabasa ako.

"Oopsy"nakangising ani nya.Napangiwi nalang ako at kinuha ang tabo na may tubig at ibinuhos sa kanya."Oopsy"panggagaya ko pa sa kanya at sabay kaming tumawa.

"Lagot ka sakin,hintayin mo lang na matapos ako dito" pananakot pa n'ya sakin at inirapan ko lang s'ya.Tinulungan ko na sya sa pagdidilig at sya naman ay nag car wash sa raptor ko.

"Ali,do you wanna build a snowman?"pakanta pa n'yang ani agad ko s'yang nilingon at natawa nalang ako sa itsura n'ya.Ginawa niyang bigote at balbas ang bula at may nakalagay ding sa kanyang ulo.

"Hi,Olaf"wika ko pa sa kanya at tumawa lang sya at kumuha ng bula at nilagyan din ako.

"Hi Wife"masaya niyang ani nag smile lang ako sa kanya at binuhusan sya ng tubig.Pero bigla akong natigilan ng mapantantong tinawag niya akong asawa. For Alya it's a very different feeling being called his *'wife'* , gusto na niyang ilublob ang kanyang sarili sa lupa sa sobrang kilig.

"Okay ka lang?Bat tumigil ka?"pagtatanong pa nya.

"Anong sabi mo kanina?" mahinang tanong ko sa kanya.Lumapit naman sya sa'kin na akala ko'y yayakapin nya ako at bumulong, "Hi Wife" mahinang bulong nya.

Natahimik kami dalawa at nakatitigan ng matagal sa isa't isa.Ramdam kung may kakaiba na nga akong nararamdaman sa kanya.Tila may mga bagay bagay na gumagalaw sa tiyan ko at alam kung hindi 'yon dahil sa regla ko,kakaibang pakiramdam na ngayon ko lang naramdaman sa tanang buhay ko.

Tanging kabog ng aking dibdib at ang sa kanya ang naririnig ko para bang humina ang ikot ng mundo samin dalawa. Mariin kung hinawakan ang dibdib ko kasi parang anong oras ay lalabas sya. *I can't handle it anymore should I fight back?Pero paano kung masaktan niya nanaman ako? Baka hindi ko na kayanin!*

Ito na ba yung love,argh!

"Naku,hooy James Alya yung tubig" pambabasag pa ni Tita Janice sa tensyon.

"Ay oo yung tubig,James"ani ko pa sa kanya.

"Ah sige magbihis kana may pupuntahan tayo ngayon"wika naman niya kaya tumango lang ako.

At that very first moment of the day, when Alya started on James colored hazel nut eyes, he knew that falling in love with her best friend is like admitting a crime.

NASA MALL KAMI ngayon kasi mamimili kami ng mga decoration nauna na sina Tita at Tito sa loob kasi sobrang bagal mag-ayos ni James kaya nauna na lang sila doon.Gamit namin ang raptor ko kasi ipinagamit ni James ang sasakyan nya sa magulang nya.

"Akin na bag mo" pag-aaya pa nya,nasa loob na kami ng mall.At ayokong ibigay ang bag ko sa kanya baka ano pang isipin ng mga tao pero hinablot nya naman agad 'yon kaya tinignan ko sya ng masama.

"Para di ka mabigatan,wag ka ngang magmatigas sa'kin" ,asta pa niya at hinayaan ko nalang sya.

Kasalukuyan pa naming hinahanap si Tita kaya inikot muna namin ang buong first floor ng mall hanggang sa napadpad kami sa isang petshop.

"Look oh ang kyutt"wika ko pa sa kanya.

"Do you want it?"tanong naman nya,umiling iling lang ako sa kanya at lumabas ulit sa petshop.

"Look oh ang kyutt"pangagaya pa nya sa'kin tinignan ko sya pero nakaturo lang sya sa crib ng bata.

"Ewan ko sayo"wika ko pa sa kanya.

Finally after how many times of pag-iikot nakita na din namin sina Tita at Tito kaya naman ay nagsimula na kaming hanapin at bumili ng mga decoration sa bahay.

WE'RE ALREADY at the counter at kanina pa ako pinagpapawisan sa lumalaking total ng pinamili nina Alya at Mama.Si Papa naman ay kanina pa nakatapik sa'kin at halatang pinagtatawanan ako.Naka ekis ang dalawang balikat ko habang hinihintay matapos ang counter.

Pataas ng pataas ang overall total ng mga pinamili nina Alya. But to James it doesn't matter as he sees how Alya and his mom enjoying his money. Mukang may bulsa nanamang mabubutas.

"165,502 Pesos po lahat .Kanino ko po ipapangalan?"tanong pa nung cashier.Agad naman silang nagtinginan sa'kin.

"Lieutenant Commander James Andrei Jimenez po"si Alya na ang sumagot. "Tara na Tita si James na bahala d'yan"pahabol pa nito.

Huminga muna ako ng malalim bago kunin ang card sa pitaka ko tinapik tapik lang ako ni Papa.

"Do you accept card,miss?"magalang na tanong ko sa cashier.

"Yes sir"sagot nito at ini-swipe na agad ang card na binigay ko at ibinalik nya sa'kin.

"Nabawasan na ba?" pagtatanong pa ng Papa niya sa kaniya, ngumisi nalang siya.

"It's okay, it doesn't matter anyway as long as masaya yung baby ko, Pa" sagot niya.

Kaming dalawa ni Papa ang nagdala ng mga karton ng mga ipinagbibili nina Alya at Mama.Para akong nabagyohan dahil sa sobrang dami nito kaya inilagay muna namin ang mga karton sa raptor at bumalik sa loob ng mall.

"Lemme see this" ani ni Alya sa isang sales lady habang tinuturo ang isang necklace.Agad ko naman syang hinila at baka buong mall pa ang ipabili nya sakin.

"Bakit?. Di'ko naman bibilhin, eh tinitingnan ko lang" pagpapaliwanag pa nito.

"You want it?" tanong niya sa'kin, tumango lang ako habang tinitigan iyon. "I'll buy it!" asa niya.

"No" hinila ko na siya papalayo. "Hindi naman kasi lahat ng gusto mo ay dapat mong bilhin, remember your needs are priorities"

"You're the priority, Alinna"

"Hi,Babe" isang pamilyar na boses ang narinig namin.Nakita naman si Veronica na halos maghubad na sa suot nitong damit.Lumapit din sya kay Mama at nakipag beso mas lalo ko lang hinigpitan ang paghawak ko sa kamay ni Alya.

"Omg!. Hi my Future Mother-In-Law" wika nya at akmang makikipag beso sana kay Mama pero umiwas lang si Mama. Magmamano sana sya kay Papa pero hindi 'to pumayag.

"Anong ginagawa mo dito?" seryosong tanong ko sa kanya lumapit naman 'to at parang ahas na yumayakap sa braso ko. "Babe you should date me today" pag-iinarte naman nito.

"Tara na po Tita may 25% sale po 'don oh" sambit pa ni Alya at inalis ang pagkakawak ko sa kamay nya at nauna silang tatlo sa paglalakad.

'BAT PA KASI S'YA BIGLANG SUMUSULPOT' bulong ko sarili ko habang namimili kami ng mga damit ni Tita.Nasa likod lang namin silang dalawa at si Veronica naman ay kanina pa nakakapit sa braso ni James.*Kakainis!*

Hanggang sa makarating kami sa isang restaurant sa loob ng mall na 'yon ay nakaganon parin sya, diko nalang sila pinansin ayokong masira ang araw ko ng dahil lang sa kanila.Nagchikahan lang naman ni Tita habang kumakain pero lagi kaming na-e-interrupt ni Veronica.

"Pwede ba wag mo nga akong hawakan" reklamo ni James sa kanya pero di pa din 'to tumigil.

"But babe I'm your girlfriend, di mo man lang ba 'ko ipapakilala sa parents mo at sa bestfriend mo" wika pa nito na parang pinagdidiinan kami sa mga salita nya.

"Were not!, I'm already done with you.Matagal na tayong wala Nica,di'ba napapasok sa kukuti mo 'yang mga pinagsasabi ko ha?.You cheated and we're done,umalis ka dito o baka gusto mong kaladkarin pa kita sa harapan ng pamilya at nang asawa ko" malakas namang sigaw nito at nagsi tinginan ang mga tao at staff sa restaurant na 'yon.

Buti nalang at si Bridgette ang may-ari at kilala kami ng ibang staff na andoon saka konti lang ang mga kumakain ng mga oras na 'yon.

Umalis naman ito ng walang salita kaya naman ay naka hinga kami ng maagan at nagpatuloy sa pagkain. Diko pa din alam kung paano tatanggapin ng utak ko ang mga nangyayari pati na din ang mga salita na binitawan ni James.

"I'm sorry Ma,Pa,Ali"sinserong wika nya.

Nagpa-alam muna ako na magccr lang saglit. *What's the use of being jealous? Kaibigan lang ako!. He surely heared it right from Veronica na magkaibigan lang kami, basta hindi ko naman dapat 'to maramdaman eh!*

Pagpasok ko pa lang sa cr ay nakita ko si Veronica na galit na nakatingin sa'kin akma na sana akong lalabas ng isinirado niya ang pinto.Habol na habol ko ang hininga ng kanyang hawakan ang aking leeg at dahan dahang hinihigpitan ang pagkakahawak nito.

Kabanata 6

Pagpasok ko pa lang sa cr ay nakita ko si Veronica na galit na nakatingin sa'kin akma na sana akong lalabas ng isinirado niya ang pinto.Habol na habol ko ang hininga ng kanyang hawakan ang aking leeg at dahan dahang hinihigpitan ang pagkakahawak nito.

"You messed with a wrong person.Mang-aagaw" galit na wika nya at patuloy na pinipiit ang aking leeg.Hindi ako makalaban kasi hinawakan ang aking kamay ng dalawa pang babae,kahit makasigaw ay hindi ko magawa.Bigla nalang nandilim ang aking paningin at nawalaan na ng malay.

JAMES CRIED as he keep begging God to help Alya.

"Please...Please Lord,I'm begging you...I need her"samo pa ni James habang nakayuko sa walang kamalay malay na si Alya.

Matapos nyang makita si Alya na nakalantaya lang sa cr ng restaurant ay agad syang kinabahan at isinugod agad sya sa hospital.

"I'm fine,asan ako?Bat ako and-"

Pinutol na ni James ang iba pang sasabihin ng dalaga at maiyak-iyak nya itong niyakap at hinahalikan sa noo."Shhh just stay with me,I'm sorry..sorry kung napahamak ka pa.Wala na bang masakit sayo ha?Gusto mo ba magstay pa tayo dito?"

"A-Ano ba kasi ang nangyayari why are you crying?" pagtatakang tanong n'ya.

"No,hindi wala 'to. Akala ko mawawala ka ulit sakin but thank God He moves" pagpapasalamat pa ni James sa maykapal.

"Anong pinagsasabi mo James? Am I dead?" she asked, furious.

Umiling iling lang si James and kissed her forehead continously, " No love, were in the hospital… Nasa hospital tayo mahal ko" his voice broke.

"A-Anong ginagawa natin dito?Anong nangyari? Why do I have wounds and bruises?" she asked panicky.

NAKAUWI NA KAMING DALAWA GALING SA HOSPITAL, at dumiretso na ako sa bahay kasi inaantok na din ako.Narinig kong bumukas ang pinto ng kwarto at alam ko syang 'yon kaya nagkunwari akong magtulog-tulogan.May naisip din akong kabulastugan.

"Alya..Alya…Ali"tawag pa n'ya sa'kin pero di lang ako umiik.Naramdaman ko ding umupo sya sa kama at naka posisyon na sya sa likod ko.

"Ali,hindi ka pa kumakain at naligo.Are sure you're gonna be comfortable sleeping with your jeans on?" mahina pa nyang asta ang boses nya ay puno sa paglalambing.

Binaling ko din ang posisyon ko kung saan pwede kong masulyapan ang pagmumuka nya habang nag-iinarteng tulog.

Naramdaman ko din ang kanyang kabigatan na para bang nakahiga s'ya sa ibabaw ng katawan ko,palihim nalang akong napalunok sa kanyang ginawa. *Ito nanaman ang kakaibang pakiramdam sa katawan ko na para bang may mga paru-paru ang mga 'yon.*

"Napakalambot naman ng boobs mo,parang gusto ko nalang dito matulog and you smells addicting too" mahina pa nitong bunyag. Little did Alya knows that James notice it from the start.

"If I just could undress you right now, but I can't, you might do far away from me again. Can't afford that again, your attention is priceless to me at sana sakin mo lang ibigay iyon" he whispered,kaya naman ay di'ko na mapigilang batukan sya.

Undress me? Minamanyak niya ba ako o pinagnanasahan? What the fugde is he saying those things?

"Awh"wika naman nya agad agad umalis sa pagkakahiga. "Di'ko alam na masama na palang maging totoo ngayon"patawang saagad nya.

Inirapan ko nalang s'ya at kinuha na ang tuwalya pati mga damit ko at pumasok na sa banyo. *Nakakainis!Mga lalaki talaga sa una lang magaling, sarap putulan ng dila.*

HABANG HINIHINTAY MATAPOS SI ALYA ay inihanda ko na ang mga pagkain at mga ulam sa kwarto. Lahat ng mga 'to ay ako ang nagluto alam ko kung pag di ko ginawa 'to hindi naman kakain 'yon.

"Ano yan?"tanong pa nya ng lumabas sya sa. "Please take your sit and let your-" napahinto naman ako sa mga sinasabi ko kasi di ko alam kung ano kami,ano nga ba nya ako?

"Bestfriend"saklap na sagot nya napakamot nalang ako sa ulo ko a nagsimula na siyang kumain.

I let her finish her food before I opened the topic.I want to apologize to her for causing some troubles di ko lang talaga inaasahang hahantong sa ganon.Yah,Veronica is quite dangerous for Alya and I'm so worried about it.

Siguro kailangan ko munang e-settle ang anong meron sa amin ni Veronica before I'll confess my feelings for her but how?How should I asked her?She just see me as a best friend and never be a lover.

"Hoy kanina pa ako nagsasalita,I said I'm already done.Hoy James"

"Oh sorry may sumagi lang sa isip ko go to your room I'll do the dishes"

"Okays"

Pagkatapos kung maghugas ay pumunta ako sa kwarto pero hindi pa pala s'ya tulog at nakatutok lang 'to sa kanyang cp.

"It's too late kailangan mong magpahinga" giit ko pa sa kanya pero di n'ya lang ako pinakinggan. "Alianna

Elisandor do you hear me?!"sigaw ko pa sa kanya na s'yang ikinagulat nyan.

"I hear you right and clear bakit ka ba sumisigaw I'm just checking something at saka pa okay na ako, you don't need to do a thing okay" sagot pa nito.

"I'm sorry sa lahat ng mga nangyari kanina,I promise di na 'yon mauulit" panghihingi ko pa ng tawad sa kanya.

"Baka siguro kailangan mo na 'akong iwasan or maybe 'ko na ang iiwas sayo, I was to frightened that time at alam kung muntik ko ng ikamatay 'yun kung tutuusin"

"Don't do that bakit mo'ko iiwasan?.Alam ko na nalagay 'ang buhay mo sa delikado but you don't need to ignore me kung kailan mahal na kita.Ali,promise hindi na ulit 'to mangyayari"

"No,you can't love me James it's not love it's just friendship.Veronica really love you and you deserved her,ako?. Hindi,hindi kita mahal para sa isang relasyon I'm contented being your friend…and just friends nothing more,nothing less"

Those words made me speechless and weak,hearing that was totally a damage. Those words I didn't expect would weaken me what I did and why it led to this.I loved her more than friends but-she didn't.

"B-but I want you to be m-mine"I whispered heavily nakayuko lang ako at binalewa ang pagpatak ng luha ko,I can't even make an eye to eye contact to her.

"Mapapahamak ako kung ipipilit natin, I don't want to be involved in your relationship, James. Everytime na sumasagi sa isip ko si Veronica, I feel like we're cheating and it's make me overthink cause you always giving me mixed signal. I don't know how, kasi simula nung umuwi ka I'm starting to hate you kasi hindi mo ginawa ang pangako mo"she said with full of disappointment in her voice, alam kung umiiyak na s'ya. "You know what?Let just stop this nonsense" her voice broked at bumalik na sa kwarto nya.

Naiwan lang akong umiiyak doon, maybe it's true di'ko nga s'ya deserve.Nasira ko na nga ang tiwala niya for that broken promise and now she hate me even more.

She's so precious but she's fragile also....

Late na nagising si Alya, pinalibot nya ang tingin at wala ang binata sa tabi nya kaya naisip nya nalang munang mag-ayos at puntahan si James sa kusina.Naligo na sya at nagdamit, inayos nya din ang mga kanyang kama bago pumunta sa kusina. Habang naglilinis siyang kwarto ay may nakita syang resibo.

"Shine and Sparkle Jewelry?Wala naman akong biniling jewelry ah". Napakunot noo nalang si Alya hanggang sa maisip nya baka nalaglag lang 'yon ni James, kaya nilagay niya na lang 'yon sa lamesa.

Nang makarating s'ya sa kusina ay wala din doon ang binata kaya pinuntahan niya na lang 'to sa bahay nila.Bumungad naman sa'kin si Tito na nagkakape sa labas at may kausap sa cellphone nya kaya pumasok na ako at hinanap si Tita sa loob.

Kabanata 7

Andito na ako sa isang café when I received a text messages from unknown number,agad ko itong binuksan at binasa.

'I see you around…If you will stay close to LCDR. James Jimenez maaga mo'ng makikita sa sementeryo ang pamilya mo o ang katawan mo'

Nasa punto ako sa takot sa mga oras ding iyon di ako makagalaw at nanginginig ang mga paa ko sa sobrang takot.*Anong mangyayari?*

Agad kung inayos ang sarili at sumakay sa aking kotse at minaneho iyon sa kung saan makaalis lang ako sa lugar na ito.Ayokong ako ang maging dahilan para mawala at madamay ang ibang tao ng dahil sa'kin lalo na't pati ang pamilya ko,di ko na makakayanan pa kung mangyari na 'yon.

Diko na malayang umaagos na pala ang luha sa aking mata,di ko maintindihan kung bakit sobrang bilis ng kabog ng puso ko at dahan dahang nawawalan ng hangin.Masama 'to!.

Gabi na ng makarating ako sa kabilang bayan at nagbook na din ako ng hotel.Siguro naman malabo na akong masundan dito.

My knees and my hands were still shaking, it wasn't cold but my body seemed to be freezing. I couldn't stop crying with fear and anxiety, I was chasing my breath. My cell phone started making noise and James and Aunt Janice made a few calls and texts but I chose not to answer and they might get hurt.

Hindi ako nakatulog ng mga oras na 'yon,alas 3 na ng may biglang narinig akong kalabog sa labas ng pintuan ng kwartong inakupa ko.May kumakatok din doon at parang pilit binubuksan ang doorknob ng kwarto ko nanatili lang akong tahimik hanggang sa nasira na ang pintuan at tila ba napako ako sa kinatatayuan ko.Nakita ko ang isang babaeng naka bonet at nakasuot ng itim at may dalang baril na nakatutok lang sakin,wala akong magawa at nanghihina na ng tuluyan ang katawan ko at nawalan ako ng malay.

Nagising ako sa isang malakas na sampal,dahan dahan kung iminulat ang aking mga mata at nakita si Veronica,sinubukan kung gumalaw pero nakatali ang katawan ko sa isang upuan.

"Tignan natin kung saan ka niya kayang iligtas ngayong hawak na kita. Ipapakita ko mismo sa harapan n'ya kung paano kita papahirapan" wika pa n'ya sakin habang hinahawakan ang aking muka at sinampal agad.Mahinang hikbi lang ang naging sagot ko sa kanya,habang binabalewala ang hapdi ng pisngi ko.

Kinuha naman ni Veronica ang cellphone ko at tinawagan si James.

"Hello?..Thank God you finally answered…Alianna,asan kaba alam mo bang nag-aalala na ako sayo,for pete sake where the heck are you?" halata sa boses ni James ang galit at pangamba.Yumuko lang ako at umiyak ng umiyak.

"So concern babe.Ahmm, don't worry she's fine babe we're just hanging out"patawang sagot naman ni Veronica sa kabilang linya habang pinapaikot sa mukha ko ang baril nya.

"Shit!Gago kaba?Ha?.Don't you dare to hurt her or I'll forget that I am a soldier hindi ako magdadalawang isip na patayin ka" galit na galit na wika ni James sa kabilang linya.

"Comeback to me James and I let her go" mahinahong sagot naman ni Veronica.

"Try to hurt him or I won't be responsible for what I do to you" seryosong wika nito at agad naman 'yong pinatay ni Veronica.

"Let's kill this bitch" giit nya sa kanyang mga kasamahan.

Sinampal naman n'ya ako ng malakas at hinawakan ang mukha at iniharap sa kanya, "Mang-aagaw!"sigaw nya at dinuraan ang pagmumukha ko.

"Malandi ka!" sigaw ni Veronica na pinag susuntok ang ulo ko. She even kicked me and slapped me. "Iyan ang napapala mo!" she said angry. Hinipo niya ang pagmumuka ko at tinignan ako mata sa mata, "You deserved hell,Alya!" sigaw pa nito.

Ang isang babae naman ay hinihila ang buhok ko at ang isa naman ay hinahampas ang paa ko ng tubo.Nararamdaman kung may masakit sa batok ko at nakita kung may sumuntok sa tiyan ko at bigla akong napasuka ng dugo bago mawalan ng malay.

Nagising ako ng makita kung may maraming nakapalibot sa'kin at maraming ilaw na nakatutok sa akin.Naramdaman ko ang pananakit sa katawan ko pinilit ko sanang tumayo ng pinigilan ako ng mga tao.

"Ma'am hihintayin po natin ang mga police at ambulansya sabi po kasi ni Kapitan bawal ka namin galawin,pasensya na po ah" mahinahong wika ng isang matandang lalaking lumapit sa'kin.

"Bakit puno siya ng pasa, kawawa naman mukang napagtripan nanaman sya"wika naman nung isang Ali ,pinikit ko nalang ang aking mata habang nakikinig at patuloy sa pag-inda sa sakit.

"Grabe naman at dito pa talaga s'ya nilagay sa sementeryo,mukang tutuluyan sana s'ya ah.

Alya was in disbelief kung gaano ka demonyo ang ginawa ng bruhang si Veronica sa kanila, it just make her cried and cried even more. Hindi niya alam ang kanyang gagawin sa mga oras na iyon, and no ones know her kaya malabong may tumulong sa kanya. It's do or die situation for her.

"WHATEVER it takes I want you and your unit find Alya right now,naiintindihan mo ba ako Zamora.Do I make myself clear?" sigaw ko sa harap ni Genesis.I can't help it but to be more angry. Papaumaga pa at hindi pa nakikita si Alya.

Ako ang magiging responsable sa kung ano mang mangyari sa kanya at diko makakayanan kung may nangyari mang masama sa kanya. *Shit!bakit ba kasi dumating sa punto na masaktan pa siya?*

"What's the noise?" si Bridgette 'yon nakakarating lang sa kampo.

"Si Alya" mahinang wika ko at din a mapigilang mapaluha sa harapan nya.

Inalalayan nya ako sa aking pagtayo. "Bakit?Asan si Ate Alya?Anong nangyari?" Sunod sunod na tanong niya. Nang walang makasagot kay Bridgette ay agad niyang ikinasa ang kaniyang baril ay tinutukan kami lahat, "Ano?!Putang Ina!...Wala bang magsasalita, ha?!" galit na saad nito.

"Calm down, it's not making a sense doing that Herrera!" saway ni Jayce.

"Bridgette stop pointing your gun!" Papa niya naman iyon.

"Tang ina n'yo naman, fucking talk" she said and pointed the gun on me. "Ano?Kingina!" usal niya.

Sasagot na sana ako ng tumunog ang cellphone ni Lieutenant Jayce at sinagot 'yon.

"Yes?...Is that sure?..Okay we're on our way ,thank you Sergent" mahinahong wika nito agad naman nya kaming tinignan. "Alya was founded in Cemetery, we need to hurry"alistomg sabi nito at agad naman kaming nagsitakbuhan at sumakay sa mga sasakyan naming.

"I need to call the rescue team and the ambulance" wika ni Bridgette at pinaharurot ang kanyang motorsiklo.Nauna na siya doon habang nag convoy na kaming tatlo.

Pagdating namin sa kung saan ang pangyayari ay may mga maraming tao na at may naririnig na akong mga kung anong usap usapan sa gilid,nakakatakot nabalot ako sa pangamba,takot,at galit sa mga naririnig ko at ayokong pangunahan ng negatibo ang isipan ko.

"Padaan! Sundalo ako!" wika ko habang nakikipag siksikan sa mga taong andoon.

"Tenyente" pagpupugay pa nung isang police pero nilapitan ko lang ang nakahandusay na katawan ni Alya at niyakap ng mahigpit.

Sobrang dami niyang pasa sa mukha nakita ko ding nagdudugo ang kanyang mga binti at

angingitim,halatang tinorture s'ya ni

Veronica.Dumating na din ang ambulansya at

inalalayan nanamin si Alya na walang malay at isinakay doon sumama na din ako.

Habang nasa loob ng ambulansya,hinawakan ko nalang ang kanyang kamay at lumuhod sa kanyang harapan at nagmamakaawa na sana magising na sya.Wala akong malapitan kundi ang nasa kataas taasan.

"Panginoon alam kung nakakalimutan kita minsan pero parang awa muna please"James voice broked a second, "Wag mo po muna siyang kunin sakin.Mahal na mahal ko po s'ya,Panginoon. Alam kung nakaplano na ang lahat pero di ko po kakayanin ,wag po muna ngayon.Iligtas n'yo po s'ya" mahinang sabit ko habang paulit-ulit na hinahalikan ang noo ni Aya.

Nasa puso ko ang matinding pagsasamo sa harap ng Diyos, mas masakit pang nakikita si Alyang napapahamak ng dahil sa isang maling desisyon ko. Kasalanan ko 'to ,tama nga s'ya na nanahimik lang s'ya at wala akong ibang ginawa kundi guluhin ang buhay n'ya.

James can't really help himself but to cried out loud will hugging Alya's unconscious body. He really loved her, kailangan niya pang bumawi sa dalaga. Pangamba at takot na mawala sa kaniya si Alya.

"Lord,may your will be done. Pinaubaya ko na po sayo ang lahat,Panginoon. I trusted you and your plans. I want to love her please ngayon lang po ako hihingi ng malaking bagay sa inyo. Saved her from death and let me love her in my whole life" pagsusumamo ni James, tears are falling from his hazel brown eyes.

Nakarating na kami sa hospital at diniretso na s'ya sa operating room habang ako naman ay naghihintay kila Mama at Papa na dumating dala ang mga gamit ni Alya.Lumabas naman ang doctor na nag-examine sa kanya.

"Does the patient have a family ember?"pagtatanong pa nito,agad naman akong lumapit sa kanya tinignan nya lang ako ng mariin."And you are her?"pagtatanong pa nito.

"Boyfriend," he proudly introduced himself. "How is she?"I asked gently.

"Don't worry Mr…?"

"Lieutenant Jimenez!"

"Lieutenant..She's fine she just need to rest in the hospital for more days ,mabuti at hindi s'ya nabalian she's in stable condition but she need to rest. Maaring paggising niya ay ini-expect kung may mga sudden pain reaction s'ya sa mga bagay bagay, one week sana s'ya dito but I don't to see my patient spending Christmas in hospital"

"What should I do,Doc?."

Tinapik nya lang ako. "Kalma,ililipat lang namin s'ya ng room then you can sleep na Lieutenant mukhang wala ka pang tulog"

"I-I c-can't sleep, Doc. I need her… she needs me" I cried.

Nakalipat na kami ng kwarto dumating na din sina Mama at Papa, napasugod na naman ako bigla sa emergency room ng dumating sina Genesis kasama si Bridgette na may tama ng baril sa kanyang hita at namimilipit sa sakit.

"Anong nangyari sa kanya?"Tanong ko pa kay Genesis at hinawakan ang kwelyo ng kanyang damit.

"She chased Veronica and she got shooted"is Jayce naman 'yon.

"Okay ako…ano ba kayo ha?Paranoids!" wika ni Bridgette na nagtatapang tapangan pa.

"Bat di ka umiwas alam mo naman palang babarilin ka eh" pagbibiro pa ni Genesis.

"Eh anong gusto mong gawin ko lunukin yung bala o baka gusto mo ilagay ko to sa utak mo, tangina mo talaga eh noh!" asta pa ni Bridgette.

"Genesis!" malakas na wika ni Jayce kay Genesis.

Hindi na ako nagsalita at hinila nalang si Jayce sa labas para kumprontahin sa kanyang mga kinikilos nitong mga nakaraan. James noticed improper behavior with the both of them.

"Why?" pagtatakang tanong pa nito. Kumunot naman ang noo ko bago sumagot sa kanya, "You seemed to act different from the past days, di ka naman ganyan ah" diretsong wika ko sa kanya.

"Didiretsuhin na kita Jimenez," diretsong sagot nito,mukang sensero naman sya pero diko basta bastang ipagkatiwala nalang ang pinsan ko kahit kanino lang.

"Tigilan mo ang nararamdaman mo sa kay Bridgette!" may awtoridad na wika ko sa kanya at hinawakan ang kanyang balikat bigla nya naman din itong inalis. "You don't know her"

"I'm not a quitter and just like you I want to prove myself to her.I loved her and I can surrender my position just to be with her. Just like what you're doing Tenyente" sagot pa nito at bumalik na sa loob,bumalik na din ako sa kwarto ni Alya.

"Magkaiba tayo,gusto mo lang s'ya eh ako mahal ko si Alya. Stop hallucinating Jayce di mo pa kilala si Bridgette she's not like the other girl"

"What do you want to tell me? That I'm not deserving of her,she's independent and she doesn't need no man. Alam kung pinoprotektahan mo lang s'ya dahil sa nakaraan nya but I loved her,Lieutenant Jimenez. And if dying is what we're fighting for ,Sir. Well, dying for her is such a pleasure" he uttered and go back to where Bridgette is.

Kabanata 8

It's already 7 A.M and I'm still waiting her to wake up, I already prepared her breakfast.Ang paborito nyang adobo na may itlog at gatas nya.I hope she'll wake up para naman hindi na ako mag-alala pa.

"A-asan ako?"

Agad akong lumapit sa kanyang kama at nakatitig lang sya sakin kaya kinuha ko ang aking sombrero.

"You're finally Awake,Mahal.Thank God for being so good" maiyak iyak na wika ko sa kanya habang hinahalikan ang kanyang kamay. "Nasa hospital tayo Mahal,you need to rest.Nagugutom kaba?May masakit ba sayo?Anong nararamdaman mo?" mahinahong pagtatanong ko sa kanya.

"Na…Na-Naiihi ako" nahihiyang wika n'ya,ngumiti ako at dahan dahan siyang inalalayan papunta sa cr.

"Kaya ko na," wika niya at mahinang pinigilan ang kamay ko nang akma sana akong susunod sa loob. "Wag kang pumasok!" ani pa nya habang sinusunggitan ako.

Isasara na n'ya sana ang pintuan kaso nakaharang ang katawan ko doon.

"Eh!baka madulas ka dyan, tulungan na kita"

"Seriously?Kaya ko nga"pagmamatigas pa n'ya habang tinutulak ako.Hawak hawak ko ang IV nya habang s'ya naman ay hinahawakan ang dulo ng kanyang damit.

"Wag kana mahiya I see your's already…nung bata pa tayo so what now?,"pang-aasar ko pa sa kanya habang nagpipigil ng tawa,nakita ko ang kunot ang noo n'ya sa sinabi ko at nag-iwas lang ako ng tingin.

"What mo mukha mo!,umalis ka nga d'yan"pagbubugaw pa n'ya sa'kin.

"What's the matter tayo tayo lang naman yung andito ah"palag ko pa sa kanya.

Napabuntong-hininga nalang ito at tinignan ako ng mariin.Halata na sa kanyang pagmumuka ang sobrang inis sa akin."Tumalikod ka," asta pa n'ya,sinunod ko naman s'ya.

"Fine…kahit nakita ko na 'yan noon eh"mahinang tugon ko sa kanya.

Pagkatapos namin magcr ay binalik ko na siya sa kanyang kama at inayos na ang maliit na lamesa doon at inihanda ang mga pagkaing niluto ko para sa kanya.

"Wala ba talagang masakit sayo?,"mahinang pagtatanong ko sa kanya habang tinitignan ang mga pasang kanyang na tamo.

"Wala…Natatakot ako James" maiyak iyak na wika nya,lumapit ako sa kanya at pinunasan ang kanyang mga luha. "Natatakot ako.Gusto kita iwasan pero bakit ako?…Bakit ako yung napapahamak?…Si

Mama?Asan si Mama?Okay ba sila?"wala akong maisagot sa kanya.

Alam kung natrutruma na sya sa lahat ng mga nangyayari sa kanya,niyakap ko nalang sya ng mahigpit habang pinipilit nyang magwala.Hinayaan ko lang na sumigaw sya.

"Ahhhhh…Ayoko na!...Ayoko na!pagod na ako.Kill me"sigaw pa nya at nagwawala.

"Tama na ,Alya!.You need that…please calm down"pagsaway ko pa sa kanya habang sya naman ay pinipilit na kunin ang mga karayom na nakatusok sa kanya.

Sinusuntok niya ang brasong nakayakap sa kaniyang katawan at nagpupumigil sa kaniya. "And if you hurt me,that's okay Mahal.Di ako aalis dito,only words bleed… Naiintindihan kita, It's my fault. Kasalanan ko, but please don't take that you need that for your recovery" wika ni James habang tumutulo na sa kanyang pisngi ang luha niya.

"I don't need this, you should not be here.Please protect them,babalikan n'ya sina Mama…please I'm begging you"wika niya habang hinahamplos ang mukha ko at umiiyak.

Hinawakan ko ang kamay n'ya at di'ko na din mapigilan ang pagbuhos ng luha ko, "No di na ako magiging pabaya sayo.Please just help me…help yourself to be okay.Tita Andrea and Tito Alejandro will be here soon,baby.Please calm down" I said softly,tumango lang s'ya.

Mga ilang oras pa ang lumipas at hinayaan ko lang s'ya na nakatulala lang habang nakatitig sa kanyang pagkain, di ko mapigilan ang emosyon ko habang tinitignan s'yang ganyan.Hanggang ngayon sinisisi ko pa din yung sarili ko sa mga nangyari.Do you see your loved one acting like that because of negligence and the wrong decision of the past, as if piercing my heart of conscience.

I want to ask her about what happened to her and to prove that Veronica is to blame for all that.But I also feel the trauma she is going through now, she needs a break.Tinawagan ko na din ang parents n'ya at kiniwento lahat ng mga nangyari.

Andito na din sina Mama at Papa para sila muna ang mag-asikaso kay Alya at ako naman ay pinatulog muna nina Mama pero mas pinili ang pumunta muna sa office ni Sergeant para maasikaso na lahat tungkol kay Veronica.

Sumalubong na din sakin si Bridgette na naka compression bandage at inaalalayan ni Jayce.Tinignan ko lang si Jayce ng masama.

"Hi Kuya"bati pa ni Bri sa'kin at tumango lang ako nauna na ako sa kanilang umakyat at hinanap ang opisina ni Sergeant.

"Tenyente, this are the files and some evidences na nakita namin sa hotel na inakupa ni Ms.Alianna Elisandor," wika nito at ibinigay ang isang maliit na black cellophane. "Be careful Tenyente may mga kutsilyo yan"

"Need ko nalang ng medical ni Alya,Kuya. To strengthen the evidences kailangan magmatch ang fingerprint sa cellphone ni Alya na napulot doon at sa kamay ni Veronica." wika pa ni Bridgette.

"Ako na kukuha ng medical,you need to rest Bri" mahinahong wika ko sa kanya.

"I need to help you, you just can't say that. Btw, I put some spice so anytime we can track her" wika nito at pasimpleng kumindat at nagsimula ng lumakad,tinignan ko si Jayce na may pagtataka at nagkibit balikat lang 'to.

Bumalik na ako sa hospital para kamustahin si Alya sumalubong naman sa'kin si Tito Alejandro akmang babati na sana akong babati ng batiin n'ya ako ng suntok.Natumba ako agad sa lakas ng suntok ni Tito,naramdaman ko din na dumugo ang gilid ng labi ko.

"Anong ginawa mo sa anak ko?Ha?" sigaw n'ya sakin,tinulungan lang ako ni Genesis na tumayo.Habang si Tita Andrea ay inaawat naman si Tito.

"Alejandro,ano ka ba?Walang may kasalanan sa nangyari?," pag-aayaw pa ni Tita.

"Bitawan mo ko Andrea," saway nya kay Tita at tumingin sa banda ko. "Pinagkatiwala ko ang anak ko sayo,James. Hinayaan ko lang kayo hindi ko kayo pinigilan sa mga pinaggagawa n'yo,pero ganyan lang ba ang igaganti mo sa kanya," pumihit muna s'ya ng malalim bago ulit magsalita. "Mahal ka ng anak ko.Kahit ilang beses ka n'yang nakikitang may kasama kang babae pinili ka pa n'yang suportahan,wala kang narinig na hihinakit sa kanya.Wala kang isang salita ,tangina!.May nalalaman ka pang panga-pangako,mapapako lang din naman"

Lumuhod lang ako sa harapan ni Tito Alejandro alam ko namang kahit mag sorry pa ako sa kanya ay malabo nang maibabalik sa dati pa.Lumuhod ako sa paahan ni Tito habang hinahayaan ang pag-agos ng luha ko.

"Naku James tumayo ka, di mo kailangan gawin 'yan Anak. Walang may kasalanan" wika pa ni Tita Drea habang pinipilit ako tumayo pati na din si Genesis.

"Sir,tumayo po kayo marami na po'ng taong nakatingin sa inyo" wika din ni Genesis pero di lang ako nakinig sa kanila.

"Alejandro stop being so rude,ilang beses ko bang sabihin sayong walang may gusto sa nangyari. Jusko naman pati ba pagiging pride mo papairalin mo,your daughter is fine the doctor said she just need rest," ayaw pa ni Tita at hinatak si Tito papasok ng private room ni Alya.

Tinulungan naman agad ako ni Genesis sa pagtayo. "Tol,ano bang nangyari?.Nagloko kaba kay Alianna?Wag mong sabihing oo…gago ka talaga!.Gusto mo sapakin din kita ha?"wika pa nya sa'kin.

"Why would I cheat?" sarkastikong tanong ko sa kanya.

Nagpalipas muna kami ng oras ni Genesis sa labas.Hanggang sa mag text na nga sa'kin si Bridgette na aalis na s'ya at walang magbabantay kay Alya kaya agad akong bumalik sa hospital kasama si Genesis.

Pagkarating namin doon ay mahimbing ang tulog ni Alya at andoon si Bridgette at si Jayce na nakaupo sa couch.Mabuti nalang at nagdala ng mga pagkain at softdrinks si Genesis para naman may makain sila habang sinasamahan ako sa pagbabantay.

"Oh,what happened where did you get your bruise?" Tanong pa nito.

"Nowhere how is she doing?"pagtatanong ko pa sa kanya.

"She's doing good…fast recovery.By the way I'll send the voice record about her statement, at confirmed si Veronica nga ang gumawa sa kanya n'yan kasama ang mga kaibigan nito. Veronica send her threats that's why umalis siya" Bridgette discusses.

"So,ano ng plano James?"pagtatanong naman ni Genesis.

"Call a lawyer kailangan makulong si Veronica!" maawtoridad na sagot ko sa kanila.

Jayce raised his hand. "I already called my cousin and this is his calling card" wika pa nito at inabot sa akin ang isang black card. "Call him anytime" saad pa nito.

"You can file an act penalizing torture and other cruel,inhuman and degrading treartment or punishment and prescribing penalties or also known as an act for anti-torture,basahin mo nalang R.A No.9745" wika naman ni Bridgette sa'min but honestly I'm not satisfied.

"Galing,Bri" pagpupuri naman ni Genesis.

"What more?" ani ko kay Bridgette,tumahimik lang ito saglit.

"More?"mahinang tanong ni Genesis.

"Ahmm..sa nakikita ko penalty lang ang aabutin sa pagsesend ng threatening text eh. Whether light or grave threats ,both criminal offenses have penalties under the Article 282 and 285 but still it's not unlawful," Pagbabahagi pa n'ya.

Tumango tango lang ako sa sinabi nya. "Sige umuwi na kayo at papagabi na.Ako nalang muna ang magbabantay"wika ko sa kanila at nagsi-alisan na nga sila.

Lumipas ang ilang oras at dumating na din sina Mama at Tita na nagdala ng mga makakain namin.Sinusulyapan ko minsan si Tito at mukhang hindi na s'ya galit sa'kin.Pero kahit sino naman siguro magkakaganon eh.

KINABUKASAN. Maagang nagising si Alya kasi tinatawag sya ng kalikasan.

Pinalibot ko ang tingin ko sa kwarto at andoon ang mga pamilya namin,tinignan ko din ang nasa bandang kaliwang kamay ko at nakita si James na nakahawak doon habang mahimbing na mahimbing ang tulog n'ya.

Bahagyang basa ang kamay ko kaya nagtaka ako kung umiiyak na naman ba s'ya.Pinag-alala ko ata silang lahat ng dahil sa mga nangyari.Gusto kong tawagin si Mama para tulungan ako tumayo kasi gusto kung mag-cr pero sobrang himbing ng tulog n'ya.

"Hmmm…bakit ka pa gising?" wika naman ni James sa'kin at kinukusot ang kanyang mata at tinignan ang kanyang relo. "2 A.M pa ah.May masakit ba sayo?Naiihi kaba?"pagtatanong pa nito sa'kin kaya tumango nalang ako.

Tumayo naman s'ya at inalalayan ako papunta sa cr at tumalikod na din.Inabutan nya na din ako ng tissue.Swerte talaga ng mapapangasawa nito!.Sobrang gentlemen at pasensyoso pa.

"Are you done?"mahinahong tanong nito halatang inaantok pa s'ya. "Yes" wika ko sa kanya at inalalayan nya ulit ako pabalik doon.

"You looked really tired" mahinang banggit ko sa kanya. He yawn "Hindi wala to?Ano nararamdaman mo?"Tanong naman n'ya habang inalalayan ako sa paghiga.

"Hmm, want milk?. Pagtitimpla kita" saad niya.

"A-Anong nang…Na pano yan?Bakit may pasa ka?," pagtatakang tingin ko habang hinahawakan ng mariin ang kanyang pisngi.Umiwas lang s'ya ng tingin sa'kin at kinuha ang kamay ko.

"You need to rest,I'm fine" mahinang sambit nya sa'kin.

He still giving me the assurance para hindi ako mag-alala sa kanya siguro may kinalaman yan sa inakto ni Papa kanina.

Kabanata 9

"Tanungin n'yo muna s'ya kung okay ba sa kanya na ikiwento ang mga nangyari," sambat naman ni Genesis sa usapan nila.

Kanina pa sila andito sa kwarto ko, nagtatalo si Genesis at si Bridgette at nandito din si Lieutenant Jayce para pakalmahin ang dalawa. Hindi pa nakakarating si James na kanina pa nagpaalam umalis at may aasikasuhin pa 'raw s'ya kaya sila muna ang andito.

"Ahmm? Guys ang ingay n'yo," mahinahong wika ko sa kanila na parang mga aso't pusa. Nilingon naman nila agad ako at ngumiti nalang ako sa kanila ng sapilitan.

Why I'm with them? Bridgette stares are slowly killing me and Genesis eyes are demonic. Mga kaibigan ko ba talaga 'to o baka masamang sumawsaw sa usapan ng mga sundalo?' bulong ko sa sarili ko.

"Hi Alianna, I'm Lieutenant Jayce Peterson and we are here to have some investigation regarding in these past few days," pagpapaliwanag pa ni Jayce sakin, tumango lang ako at nabalot kami ng katahimikan sa loob ng kwarto habang hinahayaan si Jayce na magdiskusyon.

"If it's okay and fine can we start now?How do you feelin Ms. Elisandor?," saad pa nito.

"Yah better,okay let's start," sagot ko pa umupo naman si Jayce sa couch at lumapit na din si Bridgette sa'kin.

"Who the fucking bitch do-,"pinutol naman ni Jayce ang susunod na sasabihin ni Bridgette.

"Julien,your mouth!"maawtoridad na sabi nya kay Bridgette at kumalma naman agad 'to.

"Veronica did these things and her friends," saad ko sa kanila at ipinapakita ang malaking bandage sa paa ko.

"The fuck-" mahinag mura naman ni Bridgette. "Don't worry magbabayad ang babaeng yun,isipin mo binaril pa naman ako" sarkastikong sagot naman nya.

"Bridgette stop cursing" mahinahong tugon ni Jayce habang pinaglalakihan ng mata si Bridgette pero inirapan n'ya lang 'to. *I sense something here,ano bang meron sa kanilang dalawa at umaakto silang parang sila.*

"Okay.Can you specify things,events,and scenarios,Ms. Elisandor?" pagtatanong ulit ni Jayce saakin.Pilit kung inalala ang mga nangyari.

"So I was on a cafe that morning then I check my phone and social media at saka sa email ko,may mga death threats at hanggang sumunod sunod na ulit ang mga text niya." Huminga muna ako ng malalim bago ikwento ulit sa kanila ang nangyari. "Nung una hindi ako natakot but the text…She's threatening my family and James that we would kill them kung di ako didistansya sa kanya" maiyak-iyak na pagsabi ko sa kanila.

"Okay,Calm down!" wika pa ni Jayce at tinapik tapik ang braso ko.Niyakap lang din ako ni Bridgette.

"Okay na ba yan,Sir?"tanong ni Genesis kay Jayce at tumango naman ito.

"You'll be fine now ,Ate. You don't need to stressed out things,nandito ako...kami...si Kuya. Never ka naman pinabayaan ni Kuya diba?"pagpapakalma pa ni Bridgette sakin.

I was shaking...my body is shaking whenever I tell what happened .Natatakot pa ako pero hindi makakatulong ang takot ko para mahuli si Veronica at magbayad sa lahat ng mga ginawa n'ya.

Alya cried continuously when Bridgette hugged her tightly. Hindi niya mapigilan ang umiyak sa mga balikat ni Bridgette while Genesis is gently rubbing her back to make her calm.

Mga ilang minute din ang itinagal ng mga pagtatanong nila at pagkukwento. Nakakatuwa at nakakawala ng stress ang mga pinagkwekwento nila sa'kin. Nagpaalam na sila kasi kakain pa raw sila sa labas pero alam ko naman na dahil ayaw ni James na tumambay sila kasama ako at baka maimpluwensyahan ako ng masamang elemento.

"Don't worry Ms.Elisando, Lieutenant Jimenez is doing his work to file a case and find Veronica. You need to rest and calm down in any situation, we already sent 7 scouts to assure you and your family's safety," matikas na pagkakasabi ni Jayce sakin.

"Goodbye,pagaling ka ah!"pamamaalam pa ni Genesis.

"Pagaling ka ,Ate ah" saad din ni Bridgette at niyakap ako ng mahigpit bago umalis.

Ilang oras pa din ay dumating na din si James na may dala dalang bulaklak at pagkain.Ngumiti lang ako sa kanya at ganun din naman s'ya sakin.

"Para saan 'to?'" pagtatakang tanong ko sa kanya habang sinisimhot ang mabagong bulaklak.

"Dumaan kasi ako sa flower shop so I buy you flowers. Kung nung highschool tayo, binibigyan lang kita ng isang pirasong bulaklak kapag valentines ngayon…"hinalikan n'ya muna ang noo ko bago magpatuloy sa kanyang mga sinasabi. "Ngayon I'll buy you everyday.Do you like it?"

"Nilalanggam ako," mahinang bulong ko sa kanya habang pinipigilan ang aking tawa. "Sus,kinikilig ka lang" mahina din nyang sagot,inirapan ko nalang s'ya.

"You smell different today" saad ko pa kay James habang nilalagay ang mga binili sa cabinet.

"Naligo ako 'no" mahinang sambit niya natawa nalang ako sa sagot nya. Cause I don't mean he smell bad.

"I mean you smell familiar and slight different" wika ko sa kanya habang pinipigilan ang pagtawa.

He randomly stares at me with a confused face and suddenly smells his T-shirt and nods at me.

"I found a perfume in my car and I know it's yours, gaya ginamit ko. Sorry,pakialamero lang!" he chuckled a bit and continued his words. "It's really good huh,it's smells like you"

Dumating na din sina Mama at Papa kaya nagpaalam muna si James na lalabas sya para makapag-usap muna kaming tatlo.

"Okay kana ba?" tanong naman ni Papa.

"Okay na po ako,lalabas na po ako bukas," masayang sagot ko kay Papa at niyakap siya ng sobrang mahigpit panay naman ang kanyang paghalik sa noo ko at pagkurot ng mga pisngi ko.

"Mabuti naman Alya pinag-alala mo si Papa mo. Kaya nung tumawag si James samin agad kaming pumunta dito," wika naman ni Mama na umupo sa gilid ng kama ko ,nilapitan ko din siya at hinayakap.

Alam kung sobra ang pag-alala nila dahil sa mga nangyari at ganoon din ako sa mga nangyayari.

"Anak,ingatan mo sarili mo di ko makakayanan pag nawala ka sa amin ng Mama mo," wika ulit ni Papa,at hinaplos haplos ang mukha ko, ngumisi lang ako sa kanya at hinawakan ang kanyang kamay.

"Opo,Papa. Diba nagpromise ako sa inyo na ibibili ko kayo ng mas malaking bahay saka papalakihin pa natin negosyo mo diba?,Papa. Malakas to," akto ko pa sa kanila habang pinapakita ang braso ko na siyang ikinatawa nila.

"Maiwan ko muna kayong dalawa at kakausapin ko muna si James. Tama na 'yang pag-iyak mo,Andrea," pagpapaalam ni Papa sa'min at tinapik si Mama bago umalis.

"All you have to do samin ng Papa mo ay kumayod pero, Anak hindi sa lahat ng panahon kami na lang lagi. Matanda na kami ng Papa mo, hindi mo pa ba naiisip ang mag-asawa?" bulong pa ni Mama at hinawakan ang balikat ko.

Hinawakan ko ang kanyang kamay at muling tinignan siya. "Ma,wag ka ngang magsalita ng ganyan. You deserved all of this. Kayo ni Papa cause you raise me right, binuhay, inaruga, at dinamitan nyoko. Hindi naman karira ang pag-aasawa,Ma" mariing wika ko sa kanya.

"Gusto ko lang naman ng Apo ngayong pasko,eh,"patawang wika nito.

Umirap nalang ako at bumuntong hininga sa kanyang sinabi bago pa sumagot, "Ma!"

"Bakit naman, Alya. Wag tayong feeling inosente. Pero gusto ko kasi makita yung lahi mo" patawang wika niya at hinawi ang buhok ko.

"Mama, asan naman ako kukuha ng sperm na 'yan para magka-apo ka na?ha?" usa ko pa sa kanya.

"Si James–" hindi na pinatapos ni Alya ang mga sasabihin pa ng kaniyang Ina at nagsalita na.

"Mama!" giit niya at tumawa lang ang kaniyang Ina.
"Ma, magkaibigan lang kami… ano bang naiisip mo!"

"Ahsus!"

"James!"

Agad akong napalingon sa pinanggalingan ng boses na iyon at nakita ko si Tito Alejandro. Biglang umiba ang hangin sa paligid sapagkat naiisip ko ang mga pwedeng mangyari. Alam kung galit siya sakin dahil sa nangyari kay Alya.

"Tito!.Pasensya po talaga sa mga nangyari" mahinahong paghingi ko ng tawad sa kanya tinabihan niya lang ako sa pag-upo at inakbayan,yumuko nalang ako.

"Walang may kasalanan sa nangyari kaya walang kailangan sisihin" kalmadong wika n'ya at tinapik tapik ang balikat ko.

"James,mahal mo ba ang anak ko?"seryosong tanong niya.Tinignan niya lang ako ,mata sa mata.

Nagulat ako kaya agad akong sumagot sa kanya.

"Sobra po."

"Mabuti,bakit hindi mo sabihin sa kanya?"mahinahong tanong ni Tito sakin.Panay ang paglunok ko dahil sa mga mainit at seryoso ang mga tanong sa akin.

"Tito…Di n'yo lang po alam pero ilang beses ko sanang sabihin sa kanya pero ewan ko ba, nanghihina ako pagdating sa kanya. Para bang nauunahan ako ng kaba pagdating sa pag-amin sa Anak n'yo" wika ko habang nanginginig ang boses ko sa kaba.

"James!Nakita ko naman kung gaano ka ka-seryoso sa kanya noon pa man. Nakita ko din kung paano ka pinalaki ng mga magulang mo, hanggang sa naging ganap na lalaki ka.Wala akong masabi sa pagiging pasensyoso mo at magalang," pumihit muna si Tito bago magsalita ulit.Ramdam ko sa kanyang boses ang pagiging seryoso sa kanyang mga salita. "Ang hangad ko lang para sa Anak ko ang maging masaya siya, kasi bilang magulang nasasaktan din ako kapag nakikitang umiiyak o nasasaktan ang Anak ko."

"Tito!"tanging lumabas lang na salita sa bibig ko.Niyakap naman ako ni Tito Alejandro ng mahigpit.

"Nakita ko din na masaya ang Anak ko nung binigyan mo siya ng bulaklak. James! Nag-iisa lang si Alya sa mundo sana hindi mo saktan" bulong nya sakin.

"Opo!, makakaasa po kayo Tito" mahinang sagot ko sa kanya.

"Pasensya na din at nasuntok kita" mahinang giit nito.

"Naiintindihan ko naman po kung bakit nagawa n'yo iyon" mahinang tugon ni James.

Kabanata 10

"Tita di po ba kayo dito magtatanghalian?" tanong ko kay Tita Andrea na nagmamadali sa pag-iimpake.

"Ay naku! Anak,hindi na may emergency sa Farm saka tumawag si Lola mo inatake nanaman yung Lolo niyo kaya mauna na ako. James, nak, ikaw na bahala kay Alya ah!. Mag-ingat kayo sa daan",wika nito at nagpaalam na hinalikan n'ya naman ako noo. "Call me, James!. Update me,okay" tumango lang ako bilang sagot.

Inasikaso ko na din ang mga gamit namin ni Alya kasi mga ilang oras na ay pupunta na ang Doctor n'ya to confirmed na pwede na kami umuwi ng bahay. December 21 na, at ilang araw ay pasko na, we're both homesick and we loved to celebrate holidays at home.

"Ali,gising 7 na po" pangigising ko sa kanya. She needs to take her breakfast and medicine.

"5 Minutes!", antok na antok na sagot niya and just smiled a little bit seeing her reaction. *She's so cute I wanna kiss her.*

"No!,quick!. Uuwi na tayo maya-maya sleepyhead, so you better to get up now or I'll tickle you" paglalambing ko sa kanya while spoiling her my kisses.

I kissed her forehead but she didn't open her eyes so I proceed kissing her earlobes and whispering at her. "Mahal,gising na" kalmadong wika ko sa kanya pero parang mantika lang ito.

I'm on her top, wala na siyang IV so there's no such thing that will bother me to be on her top. I started licking and sucking her neck and she started moaning softly, I'm pressing my face on her neck while she keeps pushing my body away from hers.

"J-James …ahhhmm…stop" halingling niya habang tinutulak ang kabuuan ng katawan ko but she couldn't do it. I suddenly stop when she slapped me hard.

"Oh easy" wika ko at bahagyang natawa sa kanyang reaksyon.Panay ang mga irap nito sa'kin at nararamdaman ko na nga ang kanyang pagkainis.

"You know what…", mahinang wika ko sa kanya at ngumiti sa kanya.

"What?" pagtatakang tanong niya sakin pinipigilan ko lang ang pagtawa ko sa reaksyon niya.

"I like the view here", pang-aasar ko pa sa kanya.

"What?!....What the heck are you doing Andrei!" iritang sambit pa niya.

"Wag Andrei ayoko non!. Call me James or Daddy,joke" I said to her while smirking and winked at her. She's so pissed at me!. Tinulak niya ako at muntik na akong mahulog sa kama, pero tumawa nalang ako.

"Nakakasira ka ng araw!" mahinang sambit niya at pumunta na sa may couch kung saan preparado na ang lahat, ang pagkain niya, ang gamot niya ,at ang ulam niya.

Nagsimula na kaming mag-almusal, tinititigan ko lang siya na takam takam sa adobong niluto ko. Habang ako naman ay nagkakape at kumakain ng tinapay sa harap niya.

"Ano'ng problema mo ha?!. Kanina ka pa ah!. Nang-aasar ka ba kasi pikon na pikon na ako sayo. Pwede ba!" iritang wika nya sa'kin habang tinitignan ako ng masama.

"W-wala naman. Bakit?. Masama ka bang titigan?", pagtatanong ko pa sa kanya umirap lang siya saakin. Tahimik lang ito at patuloy sa pagkain.

May naisip na naman akong kalokohan para lalong mainis siya.

"You moan really good, I like it," sambit ko at humigop ng kape. Bahagyang napaubo naman siya at agad na uminom ng tubig. Pinipigilan ko lang ang matawa sa kanya at baka mapatay na niya ako.

"Seriously?. You're talking that thing in front of my Adobo. Wala ka bang modo,ha?" galit na galit na saad niya.

"I'm just telling what I hear. Hindi ko naman inakalang mapapa-ungol na kita sa leeg pa lang,eh.

Paano na lang kaya kung sa ano na–" wika ko sa kanya,nagulat naman ako ng ibinuhos niya ang tubig sa pagmumukha ko.

"You wish, jerk" tinaasan niya ako ng kilay. Nilapit ko ang mukha ko sa kaniya at tinignan lang siya mata sa mata.

" I wish", I smiled.

Tumayo na siya at nakapamewang na humarap sa akin.

"Isa pa, James. Naiirita na ako sayo ha, ang bastos bastos mo!. Don't you dare try to test my patience, James. Isa pa't makakatim kana sakin" bulalas niya.

"Isa pa?. Wag mo din akong tinatakot baka makatikim ako sayo"

Padabog naman itong umalis. *Damn! Why I'm acting like this, fuck you James!. Pinaggagawa mo! Arghh!.*

Manunuyo na naman tayo ng mabait na dragon. But she's cute tho, even she's irritated at me. I'm not horny or what but I like when she's annoyed with me it makes my day satisfied.

"Galit kaba sakin, Ali?", mahinang tanong ko sa kanya habang hinihintay siyang lumabas sa banyo.

"At sinong di magagalit sa ginawa mo?Ha?Hibang kaba?!" sigaw pa n'ya sa loob ng banyo.

"Sorry, bakit kaba nagagalit?. I thought you like it, umungol ka pa nga eh!" wika ko pa sa kanya habang palihim na napapangiti.

"I hate you!Argh!", sigaw pa n'ya. Hinayaan ko nalang s'ya at niligpit ang aming pinagkainan.

"Ma'am your vitals are good, pwede na po kayong umuwi but maintain your blood pressure mukhang mataas 'to ngayon, Ma'am. But I still let you go, please don't stressed out anything, okay" ani pa nung isang nurse, nasa exit area na kami at papaalis na. Kinuhaan ako ng blood pressure at mataas nga iyon, siguro dahil sa pang-aasar ng mokong na'to.

"Can we go now, Nurse?", pagmamadali naman n'ya. Tinignan ko lang s'ya ng masama sa mga inakto n'ya.

"Yes,Sir. Pero no sexual intercourse po muna, Mister ah" mahinahong payo nong nurse at ngumiti naman si James. "Yes po, Noted nurse!" sagot pa n'ya at ngumiti.

"Don't worry he isn't my husband either a boyfriend nor a friend. He is just my Kuya"sagot ko pa sa nurse, sasagot na sana si James pero nauna na ako sa labas at agad n'ya naman akong sinundan.

Today is a bad day, kasi may kasama na naman akong baliw na walang ginawa kundi ang mang-asar akala mo naman kung sino. Jusko! If I can go back time para magbago sana pumili nalang ako ng matinong kaibigan, even Bridgette isn't a friend I always feel like she would kill me just by her stares.

Papunta na kami sa bahay at sobrang tahimik lang naming sa loob ng sasakyan. Ewan ko ba kung anong paandar na naman ang iniisip ng baliw na'to para pagtripan ako. Sana hindi na n'ya ipaalala yung nangyari kanina. *Nakakahiya pa naman!*

"Tahimik mo ata ,Ali?" pagtatanong pa nito. Hindi nalang ako sumagot at tiningnan ang mga social media ko, maraming notif and messages doon from our friends.

"Don't worry I'm trying my best para makalimutan ang nangyari but it's like an alarm in my ears. Just don't mind it!, you moan good naman"

"Seriously?James? What the heck, pwede ba kalimutan mo na 'yon. I can't focus on replying here!"sigaw ko pa sa kanya nakita ko ding mahina s'yang natawa sa ginawa ko. *Ano ba'ng nakain nya?.*

Nakarating na kami sa bahay at hindi ko na s'ya pinansin, sinaulobong naman kami agad ni Tita at Tito.

Niyakap ako nang mahigpit ni Tita Janice at kinamusta ang mga sugat ko. Pumasok na din kami sa loob ng bahay, habang sina James at Tito ay naghahakot ng mga gamit naming.

"Kamusta ka naman na?" pagtatanong pa ni Tita.

"Okay naman na po, pahinga nalang po yung kulang at gagaling na po ako" mahinahong sagot ko.

"Mabuti naman 'yon, Anak" wika pa ni Tita.

Nagpaalam na ako sa kanila at umakyat na sa kwarto para e-rearrange ang mga gamit at maglinis doon. Di ko na din pinakialaman si James na naglilinis sa sala at sa labas ng bahay.

SA KALAGITNAAN ng paglilinis ko ay biglang tumunog ang cellphone ko at tumatawag sa akin si Bridgette. Siguro na balitaan n'ya na din ang tungkol sa pag-uwi ko.

"Hello,Ate"ani pa nito sa kabilang linya.

"Yes,Bri?" sagot ko naman.

"Are you really fine?Nakauwi kana?" sunod-sunod na tanong nito.

"Oo,bakit?" pagtatakang tanong ko sa kanya.

"No,I'm just asking. I made something for you but surprise muna 'yon I'll give it to you after christmas" she said and I can hear her giggles.

I smiled at her voice, she completely heals her past and she's doing great now.

"Okay, but don't too expensive lagi mo nalang akong iniispoil sa mga bagay bagay" wika ko pa sa kanya.

"Maybe...a little bit,Ate" mahinahong sagot naman nito.

"Okay sige babye na ,Bri at may lilinisin pa ako dito" wika ko sa kanya at pinatay ang tawag.

Tinapos ko na ang paglilinis sa kwarto nina Mama at lumipat na din ako sa kwarto ko at hinahakot ang mga gamit ko doon. Five days before Christmas and I hope we can spend together, sana maging okay na si Lolo para makauwi na sila.

"Ako na!" wika ni James sabay kuha ng mga comforter na dala ko at inalagay n'ya na 'yon sa kwarto ko. "Doon ka muna sa sala magvavacuum pa ako dito, baka malanghap mo yung alikabok" ani naman n'ya habang patuloy na hinahakot ang mga gamit sa kabilang kwarto papunta sa kwarto ko.

"Bakit kaba sulpot nang sulpot ha?" mahinang tanong ko at bumaba na sa hagdan at pumunta sa sala hindi ko din naman narinig ang sagot n'ya.

Habang nanonood ng tv ay nakaramdam ako ng antok kaya naman ay humiga nalang ako sa couch hanggang sa makatulog ako.

"Ali,gising kain na...lunch na po" pangigising pa ni James sa'kin, agad kung inilibot ang tingin sa kabuuan ng bahay at mukang natapos na nga s'ya sa paglilinis.

Pumunta na kami sa kusina, habang ako naman ay dahan dahan n'yang inalalayaan papunta doon kahit magaling nanaman ako hanggang sa pinaupo n'ya na ako.

"Ano niluto mo?" mahinang tanong ko sa kanya habang kumukuha s'ya ng tubig sa ref. Maantok-antok pa ako kaya panay hikab ako sa hapagkainan.

"Nilagang baboy" malimit na sagot nya.

Nagsimula na kaming kumain at walang nagsalita niisa ramdam ko ang kakaibang hangin, siguro di na s'ya nagsasalita dahil siguro pagod s'ya sa paglilinis.

"Pahinga ka pagkatapos mo d'yan ako na maghuhugas" pag-aalok ko pa sa kanya, tumutulo na kasi ang pawis sa kanyang noo at basang basa na din ang kanyang damit ng pawis.

"Ha?. Ako na maghuhugas,ikaw na ang magpahinga. Ali,you need rest. Hindi porket na discharge kana ibig sabihin okay kana, I will let you do something once I'm sure that you're really okay. Are we clear?" seryosong asta pa nito.

"Are you disciplining me like how you discipline your members?", pagtatakang tanong ko sa kanya. Aaminin ko na gusto ko lahat ng mabuting pinapakita n'ya but I'm just being annoyed by how he treated me like I'm part of his patron.

Nakakasakit na din kasing makarinig ng mga ganyan, malapit lang yung school sa training ground nila at kapag pumupunta ako 'don madami akong naririnig na ganyan. Lalo na nung last year kung saan naghandle si Genesis ng mga baguhang sundalo.

"Hindi, wag ka muna magmatigas sa'kin,Ali. You need to be okay as soon the trial will started" mahinahong wika n'ya at hinihimas ang kamay ko. "You're my General, Mahal. And I don't have any power to command you but I wish I have, so I can command you to love me"

Sobrang bilis ng kabog ng aking dibdib hindi ko alam kung anong magiging reaksyon. It feels so real even my nerves are shaking while our eyes are still intertwined. *Alliana, umayos ka please lang, don't act dumb his still your bestfriend. Masasaktan ka lang pagpina-iral mo iyang puso mo. Umayos ka!.*

Alam kung concerned lang s'ya sa'kin but honestly pag andito s'ya umaayos ang lahat. He can calm me whenever I'm really at the point na parang sasabog na ako, he is my safest place after all, but now his all I want.

I was wrong masyado ko s'yang hinusgahan dahil lang sa nagkajowa s'ya, it's also my fault cause I believed in his words even though alam kung wala pa namang ganon sa isip namin.

Maybe highschool things, promises and likes are also considered as puppy love. Pero ngayon parang bumabalik na naman yung nararamdaman ko and I don't even understand it.It seems too strong and powerful, how come sa kababata ko pa?

"Hoy,okay ka lang?. You know what stop minding this okay. I'll be here 24/7 ,di na ulit 'yon mangyayari" wika pa nya at ngumiti,tumango lang ako sa kanya.

Gabi na, andito ako kila Tita Janice kasi may pinapasukat s'ya sa'kin mga lumang damit n'ya. Panay ang tingin ko sa orasan at malapit na mag-7,eh usually 7 kami kumakain at wala pa rin si James. Medjo, kinakabahan na ako kanina pang 12 s'ya nagpaalam tas malapit na mag-7 at wala pa s'ya. Sana naman walang nangyaring masama sa mokong na 'yun, di pa naman makontak.

"Ay bagay yan sa'yo, Nak. Talikod ka nga!" wika pa ni Tita ngumiti lang ako sa kanya at tumalikod na din.

Tinignan ko ang damit kulay pula ito at may pagkabarong ang desinyo nito, nakikita din ang kurba ko kaya maganda tignan.

"Ang ganda po nito, pwede akin nalang Tita Janice" paglalambing ko pa sa kanya.

"Oo naman!. Parang nakikita ko nang…ikaw na ang sasama kay James pag na promote ulit s'ya"patawang ani n'ya ,tumawa nalang din ako. *Sana nga ako,eh pano kung hindi.*

"Bakit n'yo naman po nasabi?" pabirong tanong ko kay Tita, na hinahalungkat ang mga gamit n'ya sa malaking aparador.

Umupo muna sya sa maliit na couch bago nagsalita, "Wala ka ba'ng napapansin ,Alya?. Simula palang mga bata na kayo alam na namin nina Andrea na magiging kayo" mahinahong wika n'ya at hinahagod hagod ang kamay ko,umupo na din ako sa tabi n'ya.

"P-po?Tita?. Magkaibigan lang po kami" mahinang sambit ko,ngumiti lang naman s'ya at tinulungan akong humabarin ang damit. Nakatayo kaming dalawa at nakaharap sa salamin,ang mga kamay ni Tita ay nasa magkabilang braso ko.

"Hindi pa lang kayo nabubuo alam na namin ng nanay mo na magiging kayo. Alam mo bang pinaglihi namin kayo parihas sa mga tatay n'yo, ni hindi na pumupunta sa site si Tito mo at si Papa mo naman ay hindi na pumupunta sa opisina para magtrabaho. Alam naming nakatadhana na kayo, sobrang saya namin nung dumating si James kasi lalaki, nung nanganak naman si Mama mo akala namin lalaki din pero sobrang sumaya kami nung naging babae" kwento pa ni Tita.

"Mahal ka ni James, Alya" bulong na wika n'ya. Dahan dahang akong napako sa kinatatayuan ko at pinipigilan ang pagbagsak ng mga luha ko.

"Kaya lang naman n'ya nagawang patulan si Veronica kasi umamin si Genesis sa kanya na liligawan ka n'ya, hindi s'ya makapag-hindi sa mga panahong 'yon kasi kaibigan n'ya si Genesis at alam naman n'ya na wala s'yang pag-asa sayo" ani ni Tita.

Sa mga sinasabi palang ni Tita parang nanlumo na ako ,di'ko na mapigilang umiyak na dahil sobrang dami kung nagawa at hinusgahan ko kaagad yung tao. Niyakap naman ako ni Tita, at pati s'ya ay naiyak na din.

"Hindi totoo ang apat na taon na naging sila ni Veronica, hindi nga din sila umabot ng tatlong buwan. Ginawa 'yon ni James kasi 'yon nalang yung naiisip n'yang dahilan para di'ka na isipin pa. Alya, mahal ka ng Anak ko…Mahal ka ni James" ani pa n'ya.

"Tita, hindi ko na po alam kung anong mararamdaman ko para sa anak niyo. Gulong gulo na po talaga yung puso at isip ko"

"Ma?Ma?...oh shit, Alya?" sigaw ni James ng makita kaming nag-iiyakan ni Tita, bumitaw naman si Tita sa pagkakayakap sa'kin. Humarap naman ako kay James na umiiyak at sising-sisi sa mga ginawa ko sa kanya, gusto kung magsalita pero di'ko magawa nauunahan ako ng emosyon.

"Bakit?Anong nangyari,Ali?" pagtatakang tanong n'ya habang bakas sa mukha n'ya ang matinding pag-alala sa'kin. Niyakap ko lang s'ya ng mahigpit at niyakap ko din s'ya pabalik.

Nagsimula na kaming kumain at tahimik lang kaming dalawa ni Tita Janice habang si Tito ang nagkwekwento sa mga nangyari sa araw n'ya. Panay din ang tingin ni James sa'min ni Tita to the point na bawat subo n'ya ng pagkain ay tinitignan n'ya kami.

"Malapit na pasko, ano bang plano na'tin, Asawa ko" wika pa ni Tito kay Tita.

"Magluluto kami ni Alya para sa pasko, Alya Nak uuwi ba si Mama mo sa pasko?" pagtatanong din ni Tita.

"Bakit, di'ba kakauwi lang nila nung nakaraan bakit bumalik ba sila kila Lola mo?" tanong naman ni Tito, tinignan ko muna si James bago sumagot wala akong emosyong nababasa sa mukha nito. Di'ko alam kung masaya ba s'ya, naiinis ba s'ya o nagagalit na s'ya.

"Opo, dito po magpapasko sila pero bumalik po sila kasi inataki si Lolo sa puso" magalang na sagot ko at tinignan si James pero lumabas na s'ya ng bahay, dumaan s'ya sa pintuan ng kusina nila.

Pagkatapos naming kumain ay seninyasan ako ni Tita Janice na sundan si James sa labas. Nakita ko s'ya sa loob ng bahay namin na nakaharap lang sa cellphone n'ya at nakatayo lang s'ya sa harap ng pintuan at nakapamulsa ang isang kamay sa kanyang uniporme. Ramdam ko na ang kaba at takot kaya huminga muna ako ng malalim bago s'ya harapin.

"J-James", kinakabahan na wika ko,di pa din n'ya ako pinapansin."Oh"malamig na wika n'ya. "Ahmm galit ka?" pagtatanong ko sa kanya,while staring at him.

"Hindi" kalmadong sagot n'ya pero nakatingin lang s'ya sa cellphone n'ya.

"Okays,mabuti naman!" masayang ani ko sa kanya at tinabi s'ya para dumaan at makapasok ako sa loob ng sala.

Hinarangan n'ya ako bago pumasok. "Ginagalit mo ba ako?", malambing na tanong n'ya at ibinulsa ang kanyang cellphone.

"Hindi,bakit ko naman gagawin 'yon", pag-iinarte ko pa sa kanya.

"Anong nangyari kanina?" wika n'ya at hinarap ako sa kanya. Ang isang kamay n'ya ay nasa bewang ko at ang isa naman ay nakaharang sa daanan papunta sa loob ng bahay.

Napalunok nalang ako sa ginawa n'ya at pilit iniiwasan ang kanyang mga tingin. "Ahmm...Wala yun!,ano kaba?.Tara na matutulog na tayo" ani ko pa sa kanya at ngumiti habang inaalis ang kanyang kamay sa bewang ko.

Aalis na sana ako nang hilahin n'ya ako palapit sa kanya,naramdaman ko ang matigas n'yang katawan na nakadikit sa katawan ko. "Upo!"matikas na utos n'ya sa'kin at itunuro ang couch namin.

Sinunod ko nalang s'ya ramdam ko ang kakaibang tensyon sa pagitan naming dalawa.Umupo na'ko sa couch at s'ya naman ay nakahulod at nakatitig lang sa'kin."Ah…Eh!...Ano kasi …bat?" putol putol na wika ko. "Bakit hindi mo sinabi sa'kin yung totoo?. Dahil ba niligawan ako ni Genesis kaya ganon nalang?" wika ko sa kanya. Wala na akong naisip na paraan para gawing palusot sa kanya kaya diniretsa ko nalang s'ya.

Hinawakan n'ya ang aking kamay at pinawi ang buhok ko."Ha?.Yun ba? Kaya umiyak ka?" mahinahon na pagtatanong n'ya sa'kin,huminga muna s'ya ng malalim bago magsalita pang muli. "Gusto mo ba pag-usapan yung tungkol don?"

Mula sa mga mata n'ya nakikita ko at ramdam ko ang kanyang labis na pagiging masensero. I never expected this kind of feeling in my life, at di'ko din namang inexpect na sa kanya pa talaga 'yon manggagaling. I'm a little bit nervous but I need peace of mind so I opened up the topic.

"Oo gulong-gulo na ako, di'ko alam kung paano kita pagkakatiwalaan. Di'ko na alam kung anong pwedeng maramdaman ko sayo,James!", bulyas ko pa sa kanya, hinawakan n'ya naman ang pisngi ko. Sobrang lamig ng kamay n'ya pero hinayaan ko lang s'ya. "I just want you to tell me the truth, not giving me mixed signals, hindi ako manghuhula"I frankly said to him. I want the truth and a peace of mind.

"Alya!,Mahal kita.", mabilis na sagot n'ya at agad yumuko. Inilatad n'ya ang kanyang ulo sa pagitan ng tuhod ko.

Di pa din ako makapaniwala sa kanyang nasabi, nagdadalawang isip pa din ako kung tama ba ang narinig ko. Nakatitig lang ako sa kawalan at para bang hindi ako makapagsalita ng maayos. "Ha?" tanging sambit ko lang sa kanya.

Biglang tumahimik ang paligid at dinahan-dahan kung inangat ang kanyang mukha at tinitigan s'ya ng taimtim. "James, kailan pa?Bakit ako?" pagtatanong ko sa kanya. Gusto ko lang makasigurado ayoko na ulit masaktan sa mga imahinasyon ko.

"Noon pa,nauunahan ako lagi ng kaba. I tried…I tried reaching you,Ali. Ayaw kitang guluhin sa pag-aaral mo,so I decided to wait"mahinahon na ani n'ya sa'kin,he even kissed my hands and continue his words. "And I think this is the right time to confess, reject me if you want too. But I loved you and I see you…as my wife… as a the person I'll spend with my last breath".

"Ali, you're just something, iba ka. Ibang iba ka you're just the only one who make me like this, you always bring the soft spot in me. You're all that I got"

"Bakit ngayon mo lang sinasabi yan?. Why you let Genesis court me?" pagtatakang tanong ko,cause honestly I don't understand kung bakit nasasali sa usapan lagi si Genesis.

"Cause I know Genesis…Alam kung hindi mo s'ya magugustuhan. Hindi kita ibinigay sa kanya the truth is ako yung humingi ng pabor sa kanya, alam kung madidistino ako sa malayo at ilang taon kitang di makikita so I let him guard you for me" pagpapaliwanag n'ya. I can see his tears while saying it, I can't believe na darating kami sa point na'to. I just believed the whole time na hanggang kaibigan lang talaga, but now?. *This is something I can call mine and I deserved it.*

Sa sobrang pagtataka ay napatanong nalang ako sa kanya. Just making sure na wala kaming naapakang tao. "So,Genesis know this?. Alam n'ya lahat 'to?"

"Oo!. I'm sorry Ali it's the only way I know that time, nahihiya akong tawagan at kamustahin ka. But I always calling Genesis for him to update me, dahil sa ganoon nagiging kampanti ako cause I know you're safe", he cried and I just stunned.

"All of my life I just imagined that we will never be involved in any romatic relationship nor in both mutual feelings. J-James how come we ended up like this?", maiyak na wika ko. I think I should let him know what I feel inside, di'ko alam kung pano but I just let the words come out from nowhere. Kailangan ko nang sabihin 'to baka sasabog na ako.

"I loved you too. Matagal na din, but I'm just to... I mean I thought di nakukuha lahat sa dasal"mahinang wika ko. "Nauunahan ako sa mga nangyayari saatin at sinubukan din kitang kalimutan, but even the smallest detail in my life seems familiar

Niyakap niya ako ng mahigpit at ganun din ako. Ramdam ko ang pagsobsob ng kanyang muka sa leeg ko,I can feel his warm breath in my neck.He whispered some words but I don't understand it much, I can hear also his cry. Omy- why this man so like this?

Kabanata 11

Nagising ako dahil sa matinding sikat ng araw sa kwarto ko. Ipinalibot ko muna ang tingin sa kabuuan ng kwarto at mukhang tinanghali na ako nang gising. May narinig akong parang humihilik sa tabi ko at ng tingnan ko ito ay di na ako nagulat kung sino.

Nakayakap pa ito sa bewang ko at nakatopless lang tinignan ko din ang sa ilalim ng kumot para maniguradong wala talagang nangyari sa amin sa gabing 'iyon, at gusto ko ding i-prove sa utak ko na madumi ako mag-isip. Buti naman at nakashort s'ya, kinuha ko ang cellphone ko at pinicturan ang mahimbing na si James.

"Goodmorning,gising na baliw" mahinang bulong ko pa sa kanya, nagulat naman ako ng bigla lang itong ngumiti at inilapit ang aking katawan sa kanyang katawan. Narinig ko din ang pagbukas ng pintuan sa kwarto ko kaya mabilis ko itong nilingon at nakita ko na si Papa 'yon.

Dahil sa taranta ko ay sinipa at itunulak ko si James sa kama ko at mabilis na umupo sa gilid ng kama at inayos ang sarili ko at muling hinarap si Papa.

"Pa?. Its not what you mean?...Ahmm,wala po,mali po yang nasa-isip n'yo....Wala naman po kaming masamang ginagawa,Papa. Ano po kasi…"mabilis na pagpapaliwanag ko sa kanya.Jusko! Umagang umaga pinagpapawisan na ako kahit naka aircon naman yung kwarto ko. Hindi ko na naisip ang pagkahulog ni James sa kama ko ang importante malinis ang pangalan ko.

"Ganto po kasi 'yon,nakitulog lang po s'ya dito tapos wala na po yun lang po.Papa mabait naman po ako sa inyo ni Mama diba?"pangungombensi ko pa kay Papa na nakapamewang lang naka nakaharang sa pintuan ng kwarto ko. Jusko!Sana hindi pa'to yung katapusan ng buhay ko.

"Anak, di naman ako nagtatanong kung anong ginagawa n'yo eh" patawang wika ni Papa,tumaas lang ang kilay ko sa inakto n'ya at nilapitan si James at tinulungan tumayo.

"Thanks Tito"

"Mukang masakit ang pagkahulog mo,ah!. Di'ka naman na balian?"

"Ay di naman po,Tito. Nagulat lang din ako"

"Oh kayo, punta na sa kusina at kakain na tayo, nga pala nagluto sila Janice at Andrea ng mga paborito n'yo"

"Pa?May nakain ka po bang allergic ka?", pagtataka ko. Hindi ba dapat galit siya kasi may pinatulog akong lalaki sa kwarto ko?.

Tinignan ko silang dalawa. "Pwede ba!. Kayong dalawa wag n'yo nga akong pagtawanan, okay?. You supposed to explain what's going on here, Pa"

"Wala naman akong pakialam kung anong ginawa n'yo. Matanda na kayo alam n'yo na ang tama at mali"

"Sige Tito, mag-aayos muna kami dito", wika pa ni James, kumidhat naman si Papa bago lumabas at isinrado ang pinto.

Nilipat ko naman ang tingin ko kay James at dinaganan s'ya ng malakas na hampas pero imbes na magulat s'ya ay humalagakhak lang s'ya sa tawa.

"Ano ba?!"

"Ano?...W-wala, mag-ayos kana kakain na"

"Baliw kaba?Anong nangyayari?"

"Wala were fine,Ali!."

Bumaba na kaming dalawa, nauna na ako kay James kumag s'ya kumilos dinaig pa n'ya ang kilos-bakla.

"Oh!,Ayan na pala 'tong dalawang 'to",wika naman ni Tita Janice. Pumunta ako sa banda ni Mama at hinalikan s'ya ganon din si Tita. "Goodmorning Ma, Tita!" ,bati ko pa.

"Goodmorning pretty Ladies!"wika naman ni James at hinalikan din sina Tita Janice at si Mama.

"What's wrong?May narinig kasi kaming bulabog galing sa taas,eh", pagtatanong pa ni Mama, siniko ko nalang si James para sumagot.

"Ay Tita Drea si Alya kasi nanunulak,eh!. By the way po, anong oras po kayo nauwi?Di'po kasi naming narinig yung sasakyan ni Tito,eh" ani ni James.

"Madaling araw na, Nak. Sobrang pagod ata kayo kaya di n'yo narinig", sagot naman ni Tito Miguel, at napansin ko din ang pag-akto nilang lahat na para ba'ng nilalagyan ng malisya ang sinabi ni Tito.

"Pagod ata sila ,Pre" dagdag pa ni Papa. Napansin ko din ang pagsiko ni Tita Janice kay Tito at si Mama naman ay ngumisi at ganon din si Papa.

Tinignan ko din si James na para ba'ng walang paki sa mga nangyayari at pasimpleng nagtitimpla ng gatas at ibinigay sa'kin.

Bumalot naman ng konting katahimikan sa buong kusina na tila ba may kakaiba nanamang nangyayari.

Binasag naman 'yon nina Mama at Tita Janice na nagsimulang magtanong sa'min.

"Bakit kayo pagod?",tanong naman ni Tita Janice habang nakangisi.

"Totoo din Sis!. Nga pala why the both of you staying late all night?. At tinanghali na kayo ng gising?",sulsol pa ni Mama.

Nagkatinginan naman agad kami ni James na para ba'ng nagtutulakan kung sino ang unang sasagot kaya naman ay hinampas ko nalang ang braso n'ya na dahilan para maubo s'ya.

Umayos naman ito ng upo saka magalang na sumagot, "Ma,Tita. Just ask straight to the topic,okay. Ayan nanaman kayo ,pati si Alya dinadamay n'yo sa kadumihan ng pag-iisip n'yo" sagot naman nito at nagthums-up lang sina Papa at pumalakpak naman si Tito.

"Miguel!"

"Lejandro?!"

Sigaw naman nilang dalawa kila Tito at Papa na s'yang biglang tumahik, palihim lang akong natawa sa kanila. Agad namang bumaling ang tingin nila sa'min ulit ni James.

"Okay. So nung mga ilang araw kaming wala dito, I have a feeling na may blessings. So walang make-love thing na nangyari sainyo? Or meron na noon?"pagtatanong naman ni Mama.

"Ma!"

"No!"

Sabay na usal pa namin ni James.

Omaygad, ganyan ba talaga ka-lala ang ginawa namin?. Hindi ba pwedeng napagod kasi may work kaya tinanghali ng gising?

Argh! Siguro kila Tita at Mama talaga galing ang kalaswaan ng pag-iisip ko. What the heck on earth they would ask us like that for Pete's sake!, what the heck they're thinking!Oh my gosh!.

"So,wala?"dagdag pa ni Tita.

Di'ko alam but I want to be buried alive, *gusto ko na maging bula*. This topic is embarrassing.

"Wala nga" bahagyang na taas ang boses ni James at tinignan ko lang sa kanya. "Wala ngang kami tas ganyan pa iniisip n'yo"

My inner me is so guilty. Bakit nga ba walang kami? Bakit nga ba hindi nalang kami?. Ito na naman ang nakakalitong pakiramdam, I felt pain hearing those.

"Why Alya?",mahinang tanong ni Mama sa'kin at bumaling naman lahat ng tingin sa'kin except kay James.

"Anong 'why?',Ma?", pabulong na sagot ko. "Ano ba 'yang sinasabi n'yo?"

"Akala ko kayo na!", wika naman ni Tita Janice, bigla namang naubo si James sa kanyang kape.

"What the—" pinutol naman ni Tito Miguel ang mga sasabihin pa ni James.

"Words" mahinang wika nito.

"So? You guys aren't together yet?", tanong naman ni Mama sa'min. Nagkakatitigan lang kaming dalawa at ramdam ko ang pawis na dumadaloy sa likod ko. "Mahal n'yo naman siguro yung isa't isa right? Umamin na ba kayo sa isa't isa?"

Natahimik naman kaming dalawa at ganon din sila. *'Are they pressuring us to be in-a- relationship?'*

We both left the kitchen.

Nasa sala kami ngayon sa bahay nina Tita Janice kasi tumulong kami ni Mama sa pagkakabit ng mga desinyo para sa pasko. Iilang araw nalang at magpapasko na. Habang ang mga kalalakihan naman ang s'yang nagluluto para sa dinner na'min.

"Really?S'ya namili nito?",sambit pa ni Mama kay Tita Janice. Tinatanong kasi n'ya kung ako ba daw ang namili ng theme at design para sa Christmas decors nila Tita.

"Oo tas binayaran yan lahat ni James, nakakatawa nga yung reaksyon nilang dalawa,eh" bunyag din ni Tita.

"Siguro talaga magbestfriend silang dalawa, wala eh parihas sila ng pag-iisip"

I don't have bestfriends since nag-aral ako except James, nagkaroon lang ata ako ng kaibigan nung nakapagtrabaho na ako. Not even in my college journey wala akong na meet na real friend.

"Bat mo naman naisipan na purple theme Anak?" tanong naman ni Mama sa'kin habang sinasabit ang mga purple na flower sa Christmas tree.

"Maganda kaya purple Mama, saka yung atin pink naman eh. Ayaw mo 'non terno sa bahay ni Tita" paliwanag ko pa.

"Sige explain mo bakit purple sa kanila at pink sa'tin. Kailan ba naging terno yan, Alianna?" nakapamewang na tanong ni Mama.

Tumawa muna ako sa kanya bago ko s'ya sagutin, "Ma, Tita Janice favorite color is violet but I didn't find one so I grab purple, sayo naman is pink cause you like pink and anything in pink" pagpapaliwanag ko pa sa kanya tumawa din si Tita Janice.

"So let's move on. Bakit hindi kayo?", tanong nanaman ni Mama. Umirap nalang ako at pinagpatuloy ang pagpapalit ng kurtina nina Tita.

"Oo nga, pinagdadasal ko talaga kayong dalawa ni James" sambit din ni Tita Janice. "May iba ka bang gusto Alya?"

Matagal bago pa ako nakasagot sa tanong ni Tita Janice. *Wala naman akong gustong iba eh. It's just nadadalian ako sa mga nangyayari. Last night was a very different, the hidden truth is revealed'*

"Nak?" tanong naman ni Mama sa'kin. Nilapitan ko silang dalawa at tinignan isa isa.

"Wala po akong ibang gusto, ayoko po'ng madaliin ang mga bagay bagay" wika ko sa kanila.

Pagkatapos naming kumain ay nagpaalam na sina Mama at Papa na doon nalang muna sila matutulog kila Lolo kasi wala daw magbabantay sa kanya doon sa hospital at pinauwi muna nila si Lolo. Kaya naman ay kami nalang ulit ni James ang nasa bahay at ang magde-decorate sa Christmas Tree sa bahay. Nagpaalam na din kami kila Tito habang maaga pa para maaga din kami matapos sa paged-decorate sa bahay.

"Teka lang, Ali. May kukunin lang ako saglit" pamamaalam pa n'ya sa'kin at pumunta sa labas. Nagsimula na akong kunin ang mga decoration at ang mga bagong kurtina.

I know it will turned out pretty cause it's my Mama's favorite color. Inamoy-amoy ko pa ang kakaibang bango ng bagong kurtina. *Ako lang ba, ang naadik sa amoy ng mga bago, like new clothes, new shoes, new slippers, etc?*

"Ahmm" it's James I can see his confusion. "What are you doing?"tanong pa n'ya.

"Ah...wala. Just smelling it" sagot ko naman sa kanya.

Nagsimula na akong maglinis kinuha ko muna ang luma naming kurtina at tinanggal iyon.

"Baba!. Ako na d'yan maalikabok 'dyan" wika pa ni James sa likod ko at bigla akong binuhat pababa.

"I have a gift for you" mahinahong pagkasabi n'ya at inilapat sa maliit na lamesa ang isang malaking box. Agad ko naman itong pinuntahan at binuksan.

Lumabas naman ang isang brown na puppy doon. Agad ko 'tong kinarga at hinalikan. Sobrang cute nito, at noon pa man ay pangarap ko nang magkaroon ng aso.

Tinignan ko naman si James na parang matamlay na nakatitig lang sa aso, hindi na ako nagsalita bagkus niyakap s'ya at hinalikan s'ya sa pisngi at ibinaling agad ang tingin ko sa aso.

"Ang kyutt mo naman, ano pangalan nito?" pagtatanong ko pa sa kanya. Hindi naman 'to sumagot kaya tinignan ko s'ya ulit, nakahawak lang s'ya sa pisngi n'ya.

"James!" sigaw ko pa sa kanya.

"H-ha?. Ahmm, ikaw bahala what would you like to name it?"tanong pa n'ya sakin.

"Can I named it Andrei?" tanong ko pa sa kanya at tinignan ulit s'ya. Para nanaman s'yang napatayan ng kung ano at sobrang tamlay ng pagmumuka nya.

"Ano ba! James, nakikinig ka ba?" tanong ko pa sa kanya. Inilagay ko muna ang aso at hinayaang mag-explore muna sa loob ng bahay.

"Ano ba iniisip mo?" tanong ko sa kanya at nilapitan s'ya,umupo na din ako sa tabi n'ya. Nakaupo lang kami sa sahig at nakapalibot sa'min ang mga decoration at malaking Chritsmas Tree.

"Ano ba tayo,Alya?"mahinang sambit n'ya bahagya din akong napatigil sa tanong n'ya.

"Ano ba tayo?" wika ko din sa kanya.

"Taposin na muna natin 'to bago natin yan pag-usapan, its already 9" wika naman n'ya.

Nagsimula na nga kaming kumilos at inuna na namin ang mga kurtina tas s'ya naman ay naglinis na sa Christmas Tree. Pagkatapos kung e-finalize sa kurtina sa buong bahay ay tinulungan ko na s'ya sa pagtatayo ng malaking Christmas Tree at nagsimula ng lagyan ng mga kung ano-ano.

Nauna akong matapos sa kanya kaya nilaro ko muna ang aso namin.

"Hi baby, I'm Alya you can call me Mama Alya" bunyag ko pa habang kinakausap ang aso,gumigiwang giwang lang ang kanyang buntot.

"Mama,tsk!" rinig ko pa na wika ni James habang tinitest ang lights doon.

"Eh!,ano ba dapat?"pagtatanong ko pa sa kanya.

Tumingin naman s'ya sa'kin at bahagyang lumapit ng kaunti.

"Argh,shit!" sambit n'ya at sinapo ang kanyang noo, kaya agad kung ibinaba ang aso at nilapitan s'ya.

"Why?May masakit ba sa'yo?"pagtatakang tanong ko pa.

"No,Nothing!"sagot naman n'ya pero nakapikit lang s'ya. "Its…Its just… Fuck stop being cute Alya"

"You're making me dumb" sambit pa n'ya.

Napaawang naman ang aking labi sa kanyang sinabi at bigla naman 'tong nakangising tumitig sa'kin.

"You're so freaking pretty,Ali. You drivin' me crazy. Di mo naman ako tini-temp magkasala di'ba?" pagtatanong pa n'ya.

Sobrang lapit na ng pagmumuka naming sa isa't isa, di'ko alam pero sobrang lakas ng tibok ng puso ko. Mga tatlo o dalawang dangkal na ang lapit namin, napansin ko din ang paglipot ng kamay n'ya sa aking bewang at tinititigan ang aking labi.

Palihim nalang akong napalunok at dahan dahang pumipikit. Nararamdaman ko din ang mainit n'yang hininga .

"I love you for enternity" he whispered and suddenly lean his lips pressed on mine. And the lights suddenly turned black.

Sinapo ko ang kanyang muka at lumaban din sa kanyang halik. Christmas Light lang ang tanging naging ilaw sa mga oras na 'yon.

"I love you more,James" sambit ko pa sa kanya at nagpatuloy sa mapusok na halik n'ya.

"GOODMORNING SLEPPYHEAD!!",

panggigising ko pa kay James.

"Kanina pa'ko gising. It's already 9A.M. Tagal mo nagising. Siguro matagal ka nakatulog kasi inisip mo pa yung first kiss mo kagabi,hmm?" he said annoyingly. Nakapikit lang ang mata nito at naka-ekis ang dalawang braso nito.

"Hindi kaya. Bakit di'mo manlang ako gising" pag-iiba ko pa sa topic.

Honestly,sino naman sigurong tao ang makakatulog ng maaga if wala na 'yong first kiss n'ya at saka sobrang nakakainis s'ya. Bakit pa kailangan ulit-ulitin?huh?.

Tumayo na s'ya at inayos ang kama,kaya tumayo na din ako sa gilid n'ya.

"Ayan ka nanaman!"sambit pa n'ya at nakapamewang na nakatayo sa harap ko.

"Bakit?"tanong ko naman sa kanya.

"Nag-ooverthink ka nanaman kasi"

"H-hindi"

"Do you want me to do it again?. Mukhang di'ka pa ata naka move'on eh!"

"Baliw",wika ko at nagdabog palabas ng kwarto.

Nagtimpla na ako ng gatas at hinanap ang aso ko.

"Andrei! Andrei!" sigaw ko pa sa sala pero wala talaga 'don.

"James?Asan yung anak ko?Nawawala si Andrei" wika ko pa sa kanya habang hinahanap ang aso sa ilalim ng sofa.

"Wala, gagawa pa lang tayo…I mean d'ko alam tignan mo sa labas Mommy baka andon"

Lumabas nga ako at natigilan sa pwesto ko at tinignan mula doon si James na nasa kusina na ngumingisi.

Tama ba narinig ko?

"You heared it right,Mahal" sambit naman n'ya at kumidhat habang inaangat ang kanyang tasa.

Ano bang nangyayari sa mundo?Gaga, nananaginip ba ako?Jusmeyo, nagbago bang direksyon ang rotation ng moon at earth sa solar system.

Hala, ayan nanaman 'yung parang uod at paro paro sa t'yan ko. Shot!

Naramdaman ko din ang papalapit na yapak ni James sa likuran.

Hoy, Alya galaw. Bakit di'ko magalaw paa ko. Tae nilalamig ako!. Anong klaseng karamdaman 'to. Lord, ikaw na po bahala sa'kin.

Pumikit ako saglit at huminga ng sobrang malalim at dumilat, nagulat naman ako at muntik pang matumba ng agad n'ya din namang nasalo.

"Don't think too much, okay. Sinasanay lang kita." Wika pa n'ya at tinulungan ako tumayo. Tinignan ko naman s'ya ng may panghihinayang. "You're going to leave me again?. James?", tanong ko pa.

"No, sasanayin kita para maging asawa ko. I'm not gonna leave I'll stay" he said then kissed me in lips again.

"Ayokong masanay, mawawala ka din naman , eh", nanunubig na ang mga mata ko.

"Shhh, I'm not going anywhere andito lang ako"

"Your work?. Pano ang trabaho mo? Alam kung madedestino ka sa malayo, wag mo'ng sabihin na gagamitin mo nanaman si Genesis para bantayan ako."

"My work?. Well, Mahal di naman problema 'yun eh!. I have businesses mabubuhay naman kita, eh. Even I'm not in the Navy I can still spoiled you"

"You have businesses? James bakit di namin alam nina Tita Janice?. Is it illegal?"

"No. Anong di alam?. Alam nila ikaw lang yung hindi, it's chain of hotels. And it name after you. A.Jiminez Chain of Hotel" he smirked. "I'm sorry if I didn't say that earlier, di'ko kasi gustong nag-iisip ka ng kahit ano eh"

"What?"

"HAHAHAHA, magiging Chain of Hotel na kasi s'ya next year and Brigette help me para maipalago 'yon"

Napaawang naman siya at di' pa din makapaniwala sa mga sinasabi n'ya.

"Ano'ng gusto mo'ng reaksyon?"

"Wala mas gusto ko pa yung umiirap ka sa'kin kasi kahit ganon kinikilig ako, gaya lang ng dati" he said and show his wide smile.

"Gusto mo ba punta tayo do'n mamaya, tour kita total you're going to manage it sooner", pag-aaya pa n'ya.

"Manage?I...I can't leave those kids sa foundation you know they need me", pag-eexplain ko pa sa kanya. Hindi pwedeng iwan ko ang mga bata sa foundation they need my parenting.

"Oh chill, I know pagawa nalang tayo bahay kung gusto mo then we will adopt them"

"Have you lost your mind?", sumbat ko pa sa kanya.*Nag-iisip ba s'ya?*."There are 400 kids"pahabol ko pa.

"So what kung kasayahan mo naman yung mga bata. Okay here,sit down!" aniya at tinapik ang nakaharap na upuan,umupo naman ako doon.

"Let's negotiate!, You have two options either we'll made one or we'll adopt them" wika n'ya sabahy hikop sa kanyang kape.

Pinitik ko naman ang kanyang noo."Kain kana siguro don ,halatang nagugutom ka eh" sambit ko pa sa kanya.

Kinuha n'ya naman ang kamay ko at madahang hinalikan 'yon. "No I'm serious!."

"Alam mo,wag na natin pag-usapan kung gaano ka kayaman, mayabang na pakinggan." wika ko at inirapan s'ya.

IPINAGPATULOY KO NALANG ANG PAGKAKAPE KO.inagpatuloy ko nalang ang pagkakap Bigla namang tumunog ang kanyang cellphone at sinagot ang tawag.

"Hello?Ay!...Goodmorning Sir!... Yes,yah I'm currently at my wife's house bakit po?..."Tugon pa n'ya sa kabilang linya. Naubo ako sa sinagot n'ya pero mabilis n'yang tinakpan ang bibig ko. "Need ba ako magreport d'yan today... Sige wala namang problema..."

"Ha?Yes you heared it right,Gen. Ahmmm", nagtaka naman ako sa kanyang kinikilos kasi panay ang pagkat ng kanyang labi at para bang nagpipigil ng ngiti. Lumingon naman s'ya sakin at humalik na s'yang ikinatigas ng katawan ko upang hindi na naman makagalaw.

"Matagal tagal na, no I just keeping her baka kasi agawin ng iba eh. Maybe, she's....she's everything, let's just say I'm territorial. Hindi naman sa ganon, Gen. She's all that I got and can't afford to loss her". He said while making an eye-to-eye contact with me.

Napangiwi naman ako at napairal sa kung anong pinagsasabi ng baliw na'to. Tinapos ko nalang ang kape ko at hinintay na ibaba n'ya ang kanyang cellphone para magpaalam na.

"Sige sige, Sir" mahina n'yang sabi.

"Ano yun? Territorial, tsk" pang-aasar ko pa sa kanya at tumawa ng bahagya. Kumurba naman ang kanyang kilay sa pagtataka.

He steal kisses again pero sa pagkakataong ito nagiging marupok na at bahagya na akong nahihiga sa maliit na sofa habang ang isa kung kamay ay nakahawak sa tasa at ang sa naman ay nakahigpit ang kapit sa kanyang t-shirt.

Nakaibabaw lang s'ya sakin habang ako naman ay nilalabanan ang kung anong tensyon at ang mga halik n'ya sa'kin. Habol habol ang hininga ng makabawi na kami at dahan dahan n'ya akong ibinalik sa posisyon ng kinauupuan ko.

"What the heck are you doing Mr. Jiminez" iritang wika ko habang hinahabol ang hininga ko. Bwesit talaga!

"What's the matter, Mrs. Jiminez?" panggagaya pa n'ya sa tono ng pananalita ko habang nakatawa lang.

"Nakakarami kana ah. Nakakainis!"

"Nakakainis daw di'ka nga nagrereklamo eh"

Kabanata 12

Pumunta muna ako sa Café shop para kunin ang cake na order ko kasi naisipan kung e-celebrate ang pagdating ni Andrie. Dito ko nalang hintayin si James kasi nagreport s'ya sa opisina kasi di daw na confirm ni General ang kanyang holiday leave.

"Hi,can I have a strawberry Cake and 2 Chocolate Cake" order ko.

"Yes Ma'am Alya but can you wait 15 minutes binabake pa po yung Chocolate Cake,eh" sagot naman nung waiter. "Upo po muna kayo d'yan"

Habang naghihintay ay pinipicturan ko ang kabuuan ng Café at sakto namang may lumapit na isang lalaki sa'kin.

"Hi,Miss"

"Hello po?Do I know you?" pagtatanong ko pa sa lalaki,tumabi din s'ya ng upo saakin.

"Ahm I'm Attorney Raven Trinidad and I'm your lawyer,nice to meet you Mrs.Alya"pagpapakilala pa nito at naglahad ng kamay.

"Huh?hindi naman ako naghire,eh"pagtatakang wika ko pa sa kanya.

"Ahm,unfortunately I'm one of Lieutenant Jayce Peterson's cousin and he suggested me to Mr .Jiminez, your husband,right?"pagpapaliwanag pa n'ya. "And I'm here to meet you also to asked you random questions. I have two agenda that's why I follow you here, your Bridgette's Bestfriend right?"

"Opo,and why does Bridgette involved here?"pagtatanong ko pa. Ano nanaman kayang gulo ang pinasok ng batang 'yon.

"I'm courting her and I want to be friends with you to know her more"

"Ha?"

"Yes. You hear it right Mrs. Jiminez. Napansin ko kasing umaaligid sa kaniya ang iba pa naming pinsan so it's a bigdeal for me"

"Sorry I can't help you. May sariling pag-iisip ang batang 'yon if she tell you she didn't like you well you should pack your things"

Habang sinasabi ko 'yon kay Attorney ay may kakaibang emosyon ang bumalot sa Café. Biglang bumigat ang nararamdaman ko at tinignan ang bagong pasok na customer.

"V-Veronica?", I said.

"Yes bitch"she shouted at me. She confront me with her gun. Attorney Raven is trying to help me but Veronica's friend tie him.

Naiyak nalang ako dahil sa sobrang takot at nerbyos, ayokong maulit ang lahat.

"Veronica stop!" James shouted. Nakatutok ang baril ni Veronica sa ulo ko habang hawak hawak n'ya ako sa likuran.

"Alya don't move!" wika ni James at bahagyang lalapit sa'kin.

May mga kasama si James at lahat sila ay tinutukan si Veronica at ang mga kasama nito ng kani-kanilang baril.

"J-James" nanginginig na sambit ko sa pangalan n'ya.

"Veronica pakawalan mo s'ya. Let her go" sambit pa ni James.

Mas diniin naman ni Veronica ang baril sa ulo ko.

"Let her go? You betrayed me James. You used me!, andiyan ako all of your low's and highs, I lied with you. Nagsorry ako when I cheated on you, at pinagsisihan ko 'yun, for goddamn sake!". She said crying, my heart also hurt hearing her words and I'm staring James, naiyak ako sa mga narinig ko inisip ko kung *paano kung ako ang nasa part ni Veronica*.

"I... I wan't you, James. Still you James and fuck her... Kung di'mo man lang ako babalikan, kung di rin lang naman magiging tayo well I will not let you happy...both of you"

"Please Veronica let me go" I whispered at her while crying.

"I... I'm sorry Alya but I have no choice, sisihin mo si James" she whispered me back.

"I'm pregnant you're not gonna kill me you'll kill also an innocent child" I lied at her. Nakita ko din na bumagsak ang mga luha.

"Please…Veronica let her go" James said.

Bahagyang nanlumo si Veronica at kaya ginamit ko din ang pagkakataong tumakbo papunta kay James at saktong may narinig akong putol ng baril, at bahagyang humandusay si James.

Natigilan ako sa mga nangyari saka ko pa napagtanto na nabaril si James,tinignan ko ang paligid at tila ba'y lahat ng nasa paligid ay nagslo-mo. Nakita ko din na pinusasan nila si Veronica at ang mga kasamahan nito.

"J-James" wika ko ng malapitan ko na s'ya. Walang malay 'to at duguan ang kanyang likod,wala na akong ibang masabi kundi ang sumigaw at umiyak habang niyayakap s'ya ng mahigpit.

Walang lumapit sa'min ng mga oras na 'yon kasi ayaw nilang madamay kahit isang worker sa café , kahit si Attorney Raven at kahit isa man lang sa mga kasamahan nila.

That time I was feel so much pain seeing him with blood. I can't see him cleary my eyes are blurred by my tears.

Suddenly , I heared Genesis yelling and cursing everyone.

"Putangina n'yo, mga duwag!" he yelled at those officers. "Kingina n'yo mga duwag .Putangina mo ayaw mo tumabi ha?,tabi!"

Nilapitan n'ya kami at ng mga recue team, inilayo n'ya ako sa katawan ni James habang kinukuha na 'to ng mga taga-rescue. Nanaghihina ang aking mga paa at para bang ayaw tumayo, yung sarili ko naman ay gustong lapitan si James pero sobrang lakas ng pwersa ni Genesis na walang ibang ginawa kundi yakapin ako.

"I... I need him, let me go" mahinang wika ko.

Nasa hospital na kami at di'ko na inantala ang kadumihan ng katawan ko dahil sa mga dugo pati na din ang pagmumuka ko. I directly go to the operating area where James currently fighting his life.

Lalapit na sana ako ng harangan ako ng isang babaeng doctor. "I'm sorry Ma'am but no one can enter this room until the operation is finally done. Don't worry we will do our best to save his life but now you just need to pray,his life is indanger. Excuse Me!"

Biglang bumagsak ang katawan ko sabay sa pagsirado ng pinto.

"Anong ginawa ko?" I said from nowhere.

"You didn't do anything Alianna" Genesis replied. Tinignan ko nalang s'ya.

"Deserve ko ba 'to ha? I'm not a bad person Genesis, bakit nangyayari 'to sa'kin...."

"Calm down"

"Calm down? How? He is in critical and you want me to calm down"

"I'm sorry"

Mga ilang oras din ang lumipas ng lumabas ulit ang doctor.

"How is he?" Genesis asked.

"Good news, hindi na s'ya in critical. But the bad news is he lost some of his memories dahil natamaan ang ugat sa likod n'ya which is connected to his brain, and that one single nerve is responsible in our memory. But again,let's not panic kasi it's temporary only" the doctor explained.

"Magigising ba s'ya?" I asked her seriously and about to start crying.

"Ofcourse,darling. But if in 48 hours hindi s'ya magising we need to another operation and it's cost much –".

Pinutol ko ang kanyang sinabi, "I don't care how much it cost, I just want you to heal him" I said confidently.

"So in continuation if di s'ya magising before 48 hours we will proceed on another operation. And then if magising s'ya mamaya or tomorrow, then it's a good sign"

"Doc, how much it cost?"

"Nah. You can't payed it fully kaya wag na nating pag-usapan ang tungkol d'yan"

"Doc, do you know who am I?". I can feel na nagagalit at naiinsulto na si Genesis.

"I'm sorry I don't" wika naman nito.

"Same din,Doc hehe"

Umalis nanaman si Genesis kaya ako nalang ang mag-isang nagbabantay kay James.

Tinawagan ko nalang sina Tita Janice at sina Mama para ma update kung bakit di kami makakauwi.

Yumuko nalang ako habang hinihinaan ang tuno ng iyak ko at baka may makarinig. Nakahawak ako sa kamay ni James at sa dibdib ko, sobrang bigat ng nararamdaman ko ngayon.

"Ma'am?!"

"Mrs. Jiminez?!"

Agad naman akong tumingin sa taas at nakita ko ang pagtataka ng waiter at ni Attorney Raven. Shuta!, grabe na talaga ang pag-ooverthink ko.

"Are you okay Mrs. Jiminez,is there's something wrong?" pagtatanong pa ni Attorney sa'kin. Lumingon lingon lang ako.

"Here's your receipt Ma'am"wika naman ng waiter at kinuha ko ang receipt. "Thankyou,Miss"sagot ko pa at ngumiti sa kanya,tinignan ko ulit si Attorney na nagtataka.

"I'm fine, Attorney!. I'm just overthinking something I'm really sorry, what's the topic again?" sambit ko pa sa kanya.

"Ahmm, it's already time I really need to go now. I'll call your husband about the case, thank you for your time, Mrs. Jiminez. Is my pleasure to meet you" pamamaalam nito sa'kin.

'Ano ba naman itong nangyayari saakin. Kailangan ko ba'ng maging kampanti sa mga nangyyari, nakakulong na si Veronica pero parang bumagabag pa din ang nangyari'

'Kaya ko na bang ibigay ang pag-ibig ko kay James?'

Afterward, James arrived at the Cafe to pick me up. But I can't help to open up with him. Maybe I'm just paranoid pero this is the only way para maging panatag ang utak ko.

"James.."

"Yes love"

"Ahh wala"

"Okay ka lang ba talaga?. What's going on?"

"I just daydreamed, Veronica shot you"

"Hindi na niya iyon magagawa, and please don't overthink too much, okay" he assured me. "Alam mo bang malapit na siyang makulong?"

Hindi na ako nagsalita at pumasok na sa kaniyang kotse.

Kabanata 13

I was doing my makeup kasi may party si Bridgette at isa ako sa mga invited.

"Hi Mahal…owhsit…ba't ka nagmamadali?What's the rush?" wika pa ni James na nakaupo sa harap ng salamin at nakapulupot sa bewang ko na para bang garapata ni Andrei.

Tinignan ko naman siya ng masama, "kung pipigilan mo ko we'll you can't!. Total si Bri naman kasama ko,eh"

"Sinabi ko bang pipigilan kita? Hindi naman ah, hahatid pa nga kita ,eh"wika pa nito habang nakanguso.

I give him a soft kissed in his forehead,at nakita ko din ang biglang pag-iwas n'ya ng tingin.

"Why?Napuwing ka'ba? .Sabi ko naman sayo wag kang pumwesto d'yan ,eh" alalang wika ko sa kanya at tiningnan ang kanyang mukha pero ayaw n'ya.

"Hindi nga…Hindi ako na puwing" mahinang wika n'ya. "Kinikilig lang"

After I hear that, I continue blushing at umirap nalang. My inside self is screaming, di naman niya kailangan maging honest,eh. I can sense it. *Shuta!*

Hindi naman niya kailangan maging vocal eh, ramdam ko naman

"Alam mo sa kaka-sama mo kay Bridgette ,natutu ka nang guma ganyan ganyan"

"What do you mean?"

"Yan!.Yang pag-iinarte mo ,maganda ka naman di mo naman kailangan ng ganyan ah. Bakit kaba naglalagay n'yan. Saka I'm not against on how you change your fashion style but isn't that too revealing, nakikita ko na kasi yung bundok mo. For me it's fine, pano kung pagnasahan yan ng iba,ha?. Paano kung may ibang lalaki don?"

"I'll change nalang" wika ko habang matamlay at nasasayangan sa suot ko. "Galing pa naman ito kay Tita Janice" I said.

"Wag na mala-late ka pa, anong oras na oh!" wika n'ya at tinignan ang kanyang relo.

"No, I'll change nalang I understand your concerns"wika ko . Pero yung utak ko kasi nasasayangan,eh.

"Don't sasama nalang ako" wika n'ya,tinignan ko naman s'ya at tinaasan ng kilay.

"Kaya pala" binatukan ko s'ya at bigla naman 'tong ngumisi. "Pilyo ka din eh noh. Kahit hindi revealing yung damit juskoo gusto lang pala sumama"

Mas hinigpitan naman n'ya ang pagkakayakap niya saakin. "Sama mo na kasi ako,Mahal. Nakakainis naman 'to,eh. Gusto ko lang naman sumama"

"Girls Night 'yon, paano kita isasama ha?", pangangatwiran ko pa sa kanya.

"Ayoko pa din" wika nito at panay ang nguso ng bibig niya.

"Para ka nang bata d'yan,tumigil ka nga!" wika ko habang pina-finalize ang sarili ko.

Tinusok-tusok naman n'ya ang t'yan ko ,"Lagyan ko kaya ng bata ito ng makasama ako lage sayo"

Tumahimik nalang ako bigla, bumukas naman ang pintuan at pumasok si Tita Janice.

"Ma ayaw ako isama ni Alya sa party, para naman siyang ewan" pagsusumbong pa n'ya,nilakihan ko nalang s'ya ng mata.

"Para kayong mga bata d'yan. Nga pala Alya, ang ganda mo bagay sayo 'yan. Saka hinihintay kana nina Genesis sa labas" wika pa ni Tita.

Kaya nagmamadali akong kinuha ang mga gamit ko pero ayaw ako bitawan ni James.

"Sino?!"seryosong pagtatanong nito. "Sinong andon?!"

"Si Genesis!"sagot naman ni Tita at umalis na din.

Napansin ko din na nawala ang parang batang reaksyon ni James at kinuha ang handcuff sa gilid ng uniporme niya at biglang inilagay ang isa nito sa kamay ko at ang isa naman ay sa aparador.

"Hoy.James what?! Ano 'to, malalate na ako" wika ko pa sa kanya.

Kinuha lang n'ya ang cellphone ko at may parang tinawagan doon at lumabas ng kwarto ko.

Iniisip ko pa din kung paano makaalis dito, walangya talaga siya kausap. Kanina ang ganda ng mood, panay puri pa tas ngayon para nanamang Tigre na lalapa ng tao.

Bumalik naman si James pero parang di'ko na naman mabasa ang emosyon nito, mukang galit 'to. Nilagay niya sa phone speaker ang tawag at nakatitig lang sa'kin.

["Pero iuuwi ko naman siya tol ,eh. Promise"] rinig ko pa sa boses ni Genesis sa kabilang linya.

"Gusto niyang pumunta sa party…"

["Oh yan naman pala eh, payagan mo na kasi"]

"Pero ako hindi"

["What do you mean?"]

"May gagawin kami ngayon"

["Hoy gago, di'mo naman kailangan sabihin yan. Pakshit sige…sige ako na mag-eexplain kay Bri. Bakit di' niya agad sinabi sa'kin"]

"Nahihiya kasi siya"

["Sige na nga, sanaol kasi may sexlife. Sige tol,labyou"]

"Sige sige"

"Sige,ingat"pamamaalam pa ni James.

["Wait lang... Kingina ako yung kinikilig bwesit. Basta 'tol ako na bahala sa party pagnakabuo,ah"] agresibong wika nito. ["Hoy Gago Tol, e-sure mo na di'ka baog putangina mo!. Sige sige na gago"], dugtong pa niya.

Napalunok nalang ako sa mga pinagsasabi nila, kahit nakatapat ako sa aircon ay dinaig ito ng pawis ko. Jusko!

Bahagyang lumapit si James sa'kin at inalis ang kanyang t-shirt. Napalunok ako ng malala ng makita ang mga naglalakihang katawan nito, madaming maliliit na peklat ang katawan niya. Pumikit nalang ako ng marihin habang yung utak ko ay sasabog na sa sobrang kainosentehan.

"Hindi naman sa ayaw kitang payagan pumunta doon. Syempre you need to have time and fun with your friends, pero inaalala lang din kita and your safety", wika niya at umupo sa gilid ng kama at sinusuot ang kanyang t-shirt.

"Ang arte mo naman. Di'ko gagawin 'yun magpapalit lang ng damit,eh" mahinang wika nito at naramdaman ko din ang pagkuha n'ya sa handcuff.

"Your friends are my friends as well, I trust them the way you trusted them also, pero di'mo maalis yung pag-alala sa'kin kasi what if Bri and Genesis got drunk sino maghahatid sayo or we both know Bridgette she's a troublemaker, ayokong madamay ka"

Tinabihan ko naman s'ya ng upo doon.

"I'm sorry pero why you say nasty to Genesis are you really to do it? "I asked her in low voice.

"Hindi, sinabi ko lang 'yon para maging reason mo para di ka makapunta. Humanda nalang siya kung paano niya ipapaliwanag 'yon kay Bridgette" patawang sagot nito.

Ang dumi talaga ng isip ko, nakakainis.

Humihiga na kami nang magsalita na naman siya.

"Do you like our house?"he asked.

"Bahay mo"I correct him.

"Both of us. Our home. Alangan naman ako lang yung titira dito syempre tayo"

"Wala namang tayo"

"Do you think walang tayo?"

"Yes, di'mo naman ako girlfriend eh"

"Sino bang may sabi na jojowain kita?. For your information I'll make you my wife, what ever it takes"

"Di'ka naman nagpropropose eh, so hindi pa din"

"Gusto mo ba magpropose na ako ngayon?"

"Don't rush things, James"

Nagulat naman ako sa biglang pag-upo nito at tumingin sa akin. *May nasabi ba akong mali?*

"22 years we both chasing feelings,time,love,attentions,and each other. Natupad na din yung mga pangarap natin,we're already professionals, Alya. Do you think hindi pa ito yung time na para sa atin?"

I took a deep breath and smiled at him. "It's been 22 years na pala. I'm ready to have and hold you James"

"I love you Alya" he said while he move in my direction and slowly giving me a kiss.

I kissed him back and replied,"I love you too"

"Okay lang ba if I request a cuddle?" he said and awkwardly smile so I just nooded at him.

"James!James can you find Andrei papaliguan ko lang" pambubulabog ko pa kay James,topless na 'to at nakadapa lang natulog.

Hininaan ko na din ang aircon naming para tipid sa kuryente.

"His under the bed,Mahal" he said grumpy.

Pagdating talaga sa kumag na asong iyon ay tinatamad akong maghanap lalo na sa bahay ni James na sobrang laki.

Tinignan ko iyon at nakita ko nga na mahimbing din ang tulog gaya ng kanyang Daddy.

"Gumising kana d'yan at tanghali na andon nga pala si Lolo at Lola sa kusina,bilisan mo na d'yan" wika k okay James at binuksan ang malaking bintana doon sa kwarto.

Kinuha ko na din ang aso naming at pumunta na sa sala.Sobrang laki talaga ng bahay at pintura nalang sa labas ang kulang.

Pero lilipat na kami sa newyear, I mean hindi lang kami but also our parents kasi sobrang laki ng bahay at napag-usapan na din naming dalawa ang tungkol sa paglilipat. Tita won't agree and also si Mama sa desisyon namin na isama sila, kaso natatakot ako kasi sobrang laki ng bahay na'to tas tatlo lang kami andito.

Madaming kwarto dito at mukang nakaplano na lahat ni James ang pagpapagawa dito. Yung kwarto namin ay nasa gitna ng kwarto nina Tita at kwarto nina Mama at may dalawa din kaming kwarto for guest.

"Goodmorning po,have you eaten already,Lolo?" bati ko pa sa Lolo ni James. Nakakapressure kasi dating judge siya.

"Goodmorning Drea, have a seat"wika naman nito,at umupo ako.

"Lolo,I'm not Andrea she's my mom. I'm Alianna but you can call me Alya inshort"

"Ahh,my bad apo. You really look like Andrea when she's on her teenage years"

"Naku Tito lahat ata na mana kay Alejandro eh" wika naman ni Mama.

"Andrea, isa lang ba ang anak n'yo ni Alejandro" Lola asked.

"Opo Tay, matagal tagal din iyang nabuo" sagot naman ni Mama.

"Nga pala where's my uniko hijo" pagtatanong pa ni Lolo saakin.

"Naku Lolo, tulog mantika ayon nasa kama pa" sagot ko naman.

"Hala Abay hindi tayo kakain hangga't di tayo kompleto masama iyon" ani din ni Lola.

"Bakit mo naman pinagod Anak" panunukso naman ni Tita Janice.

"Ma!.Stop" wika ni James na kakababa palang at dumiretso agad sa ref para kumuha ng malamig na tubig at bumalik para magmano sa kanyang Lolo at Lola.

Pumunta na din siya sa banda ko at umupo doon, "Alam mo naman isip niyan nagiging, naku!" asta pa niya.

"Nagiging ano,ha?" wika ko pa sa kanya.

"Wala kain na" sagot naman niya at inirapan ko lang siya.

"You two, are you married?"tanong pa ni Lolo.

"Soon,Lolo. When Alya is ready" James answered at siniko ko nalang siya. Pagkatapos sumagot ni James ay marka ang gulat sa mga mukha ng pamilya namin.

"You both look like your parents….Stupidly Inlove" Lolo said and smirked.

We all laugh at Lolo.

"Absolutely" Lola agrees.

Nagluto na kami nina Mama,Tita at si Lola habang sina James naman ay nag-iinoman sa sala. Ngayon naman ay nagkwekwento si Lola kung paano siya niligawan at naging sila ni Lolo.

"Noong nakaraan aba'y baliw na baliw ang inyong Lolo saakin" saad naman niya.

"Bakit mo naman nasabi iyan Lola?"pagtatakang tanong ko sa kanya. "Di'ba sabi mo noon eh ikaw iyong nanligaw kay Lolo"pahabol ko pa.

"Kasi noon hindi pa kami pero nagsasama na kami sa iisang bahay. Dahil aksidente niya akong nadala sa bahay niya"pagkwekwento pa ni Lola.

"Eh Bakit ka sumama,Ma?"pagtatanong naman ni Tita Janice.

"Kakaluwas ko lang noon sa Maynila at wala akong matutuluyan nung araw kaya natulog ako sa likod ng isang kotse,ang hindi ko alam ay kotse pala iyon ng Lolo niyo", bahagyang natawa si Lola sa kwento niya. "Galit na galit ang Lolo niyo,ipapapulis pa niya ako pero magaling ang Lola niyo"

"Bakit po Lola ano po ba ginawa niyo?"tanong ko pa.

"Aba'y nakiusap ako sa kaniya na maglilinis ako ng bahay niya para makabayad naman sa pangdidisturbo ko sa kaniya"bahagyang huminto ito sa pagsasalita at tumingin sa direksyon kung saan sina Lolo ay nag-iinuman at nagkakasiyahan. "Pero di ko naman inakalang ang suplado at masungit na Abogadong iyon ang pagpapantasyahan ko"

Tumingin din ako sa direksyong iyon at tyempong nakatingin din si James sa direksyon ko at bahagyang ngumiti,kaya nag-iwas tingin nalang ako.

"Naku,kinikilig ako" wika naman ni Mama.

"Tapos po ano po nangyari?" pagtatanong naman ni Tita Janice.

"Pero nakatali na kasi siya sa ibang babae eh!. Mayaman,maganda at hindi kagaya kung taga-probinsya.Nanligaw ako sa kaniya at nagpakita ng magandang motibo kaso hindi niya ako pinapansin at iniisip na minumulisya ko lang siya. May mga oras na palihim akong naiiyak dahil sa selos,lumayas ako sa kaniyang bahay at pumunta sa sakayan. Naisipan kung umuwi muna doon sa probinsya,hindi ko inasahang susunod din pala siya saakin"

"So,Lolo followed you in the province because his inlove with you Lola. Eh naging official na ba kayo after that?" pagtatanong ko pa,isa lang ako sa excited na making.

"No .Hindi,bagkus tinulungan niya kaming ipaglaban ang lupa namin. Naging magkaibigan din kami dahil doon pero bumalik siya sa lugar nila at nagpatuloy sa kaniyang pag-aaral para maging isang judge. Pumayag ako!, buntis ako kay Miguel noon at hindi alam ng Lolo niyo" bahagyang nalungkot kaming apat doon.

"Tapos po Lola,di'ba bumalik naman si Lolo sa inyo?" tanong ko ulit.

"Oo,nagsinunggaling ako sa kaniya sinabi kong hindi siya ang ama ni Miguel pero ayaw niya maniwala kaya ikinasal kami" ani pa ni Lola.

"Napaka intense ng kwento"wika naman ni Mama.

Nagulat naman akong hinawakan ni Lola ang kamay ko.

"Maganda ang kamay mo"pampupuri pa nito.

"Hindi po madami na-"

"Kamay Asawa. Magiging mabuti kang asawa,Alya. Bakit naman wala kang singsing?"pagtatanong pa nito.

"Wala lang po" sagot ko naman.

"Naku,wag kang papayag na ganyan. Natutulog kayo sa iisang kama at nakatira sa iisang bahay tapos hindi ka binibigyan ng seguridad?"asta pa nito.

"Eh kasi Lola…"wala naman akong mahanap na dahilan eh.

"Oo nga Alya" wika naman ni Tita saakin.

Natamimi nalang ako hindi ko din naman kasi alam kung anong isasagot ko eh!. Oo,sure naman kami sa nararamdaman namin sa isa't isa pero ang lumevel up sa ganyan parang wala pa naman siguro,basta magulo!.

"Alya listen. Madaming lalaki ang kaya kang mahalin pero hindi ka kayang intindihin" wika pa ni Lola at tinapik tapik ang kamay ko.

"Naiintindihan mo naman siguro ang ibig kung sabihin,apo!" dagdag pa nito.Tumango lang ako.

Totoo naman din eh, *everyone can love you but not everyone can accept you.* Hindi lahat naiintindihan ang prinsipyo at ang sarili mo, or even the things you like and wants.

Umalis muna sina Mama at Tita kasi dumating na ang delivery ng kanilang bulaklak.Ewan ko ba they're both starting to make a garden.

"Hija, You and James are really for life. Just look at how he stares at you" wika naman ni Lola at nakangusong nakatingin sa direksyon kung saan sila nag-iinoman. "Words may lie but actions will always tell the truth"

'Words may lie but actions will always tell the truth'

"Lolo,what do you want?Beer or wine? Tequila?" pagtatanong ko kay Lolo kung anong gusto niyang inumin.

"Water,masyado na akong matanda sa ganyan"sagot naman niya.

Binuksan na agad ni Tito ang beer at tig-isa kaming tatlo. Himala at gusto uminom ni Papa ngayon.

"So,this is your house?"he asked and sighted the whole ceiling.

"Yah, isn't it so beautiful,Lolo?"I asked.

I really know this old-man his the real definition of perfectionist. Gusto niya pulido at sigurado sa lahat ng bahay. Maybe a Law thing.

"James do you know the difference between house and home?" he asked again with full of tension.

Alam ko pag di niya nagustuhan ang sagot ko, maasar nanaman ito.I didn't answer, I was so nervous at his stares

"A house is made of bricks and beams but a home made of care,love,and dreams. That's why love starts at home,it's not how much we spent but how much love on it,love is the foundation" bahagyang huminto ito sa pagsasalita at inakbayan si Papa. "Iyan ang turo ko sa Ama mo, buying a house will not make you happy but turning it to home certainly will"

"Lolo, I didn't buy this for nothing. Lahat naman ng ginagawa ko ay napupuntahan, it's all for her. Everything that mine is under her name"

"Her?who is she"

"Siya po" I said and give a sight to Alya who's smiling while listening to my Lola.

"Hindi mo naman kailangan sigurong gawin yun, James" wika naman ni Tito.

"Tito she deserve everything!"

"Para siyang si Andrea nung nakaraan" Lolo whispered and I just smiled a little. "Why don't you get married together?" he asked.

"When she's ready Lolo,hindi natin pwedeng madaliin iyan" I said and lean my eyes on her. Our eyes meet and I just smiled at her but she just avoided looking at me.

"Handa kana bang matali kay Alya?" tanong ni Tito sa'kin.

"Ikakasaya ko pang matali sa kaniya kaysa matali sa iba!"

Kabanata 14

Maaga akong nagising sapagkat tutulong ako sa paghahanda at pagluluto ng pagkain para mamayang hatinggabi. Naisipan ko nalang din na gisingin si James para linisin ang mga sasakyan at baka gagamitin nila Tita iyon mamaya.

"James...James gumising kana" pangigising ko pa sa kaniya. Nakaupo ako sa gilid ng kama ng bigla naman niya akong hilain at pumaitaas saakin.

"A-Anong ginagawa mo?" wika ko habang nanlaki ang mga matang tinitignan si James. Napalunok nalang ako sa ginawa niya.

Dahan dahan namang inilapit niya ang kaniyang muka at pinupuna ng halik ang buong pagmumuka ko at nakangiting ginagawa iyon.

"Goodmorning" he said and started kissing me passionately.

Wala naman akong magawa kundi labanan din ang kaniyang halik, nagsimula na itong maging agresibo at bumaba na ang kaniyang halik sa leeg ko, kaya napatidhi ako ng kaunti.

"Why? Do you like it?" he whispered and continue licking my neck.

Jusko!.Tinatakpan ko ang bunganga ko para hindi niya marinig ang mumunting unggol na lumalabas sa bibig ko. Nakakahibang ang kakaibang tensyon na dulot ng mga halik niya.

"Ahhmm…J-James" wika ko at hinawakan ang kanyang buhok to have an urge to stop him. He continue it until my stomach, he lick it and suck it.

"Ohhh!" ungol ko pa dala sa kakaibang tensyon na ginagawa niya saakin.

Inangat niya ang kaniyang ulo at tinignan ako. Nakita ko din na bahagyang napangiti siya sa kaniyang ginawa.I was a little disappointed in what he did, kalati ng sarili ko ay gustong ipagpatuloy iyon.

"That's how it is for now,mamaya na yung intense part" wika niya at umalis na sa ibabaw ko.

'Tama ba narinig ko?'

"Kaya mo tumayo?" he asked me na para bang mapipilayan niya ako sa kalokohang ginawa niya.

"Ofcourse" wika ko at inayos ang sariling bumaba na sa kama. "Umalis ka nga!" iritang wika ko at bumaba na.

'Argh! Nakakainis!'

"Galit kaba?" wika niya na sumusunod sa lakad ko.

"Hindi!"sagot ko sa kaniya. "Hanapin mo nga si Andrei at kailangan ko siyang gupitan ng buhok ngayon" pang-uutos ko pa sa kaniya.

"Why aren't you looking at me,Mahal" sambit niya pero hindi ko nalang pinansin.

"Goodmorning Tita ,Ma" pambabati ko pa sa kanila at bumiso. Napandin ko ding wala na sina Lolo at Lola doon. "Where are they?" I asked.

"Umuwi na sila kaninang madaling araw" sagot ni Tita.

"Nag-away ba kayo?Ingay niyong dalawa ah" ani naman ni Mama.

'Hala narinig ba nila?Lintik!'

"Ay hindi naman" pasimpleng sagot ko pero kinakabahan na talaga ako,jusko naman.

"You look pale" sambit pa ni Mama. Niyakap ko nalang siya at hinalikan sa pisngi.

"I'm fine" sagot ko pa.

"Hindi ikaw. James,you look pale" pagtatanong ulit ni Mama.

Agad ko namang tinignan si James na kanina pa buntot ng buntot kung saan ako magtungo. Nagkatagpo naman ang aming mga tingin at nagulat nalang ako sa pagnguso ng kaniyang labi.

"Alya!" malakas na sigaw ni Mama. Aba'y nakakainis ah, ako yung anak pero yung mokong na ito ang kinampihan.

"Ewan ko sayo,wag ka ngang sunod ng sunod sakin" wika ko kay James.

Sobrang nakakapagod ang araw na ito at worth it naman dahil nakapagpakain kami sa mga batang nasa foundation at ngayon ay nasa bahay kami nina Tita Janice para magcelebrate ng pasko. Nasa labas sina James,nag-iinoman. Dumating naman si Bridgette para makikain din saamin.

"Here,it's yours. The design is unique cause I make it myself" wika niya at ibinigay ang isang maliit na box. Alam kung alahas iyon kasi may ari naman siya ng isang jewery store.

"Thankyou,Bri. Ang ganda nito" wika ko at niyakap siya.Makinang kinang ang necklace na ibinigay niya and it looks really expensive.

"You deserve it!" she said.

Kasalukuyang nasa simbahan kami,kasama sina Bridgette and her other friends at work.Pagkatapos ng simba ay nagpaalam na sina Bridgette at kami namang dalawa ni James ang naiwan at nag-enjoy na tignan ang bawat pasilyo ng simabahan. Mga parol, mga desinyo,bubong,even the chritmas lights.

"Gusto mo bang makasal rito?" pagtatanong pa niya out of nowhere. Nagulat naman ako sa kaniya.

"Maganda naman dito. Bakit kasal ang nasa isip mo?" pagtatakang tanong ko sa kaniya.

"Hahantong din naman ito sa lahat eh. Sa kasalan. I mean you and me getting married having a family, just like how I promised" he said and kissed my hand.

'Grabeng pag-iisip ang meron niya, kasal agad?Hindi nga ako niligawan or inaya ng kasal,eh. Is this his way on asking a lady to marry him?'

"Us?!" sambit ko pa sa kaniya habang nakatingin lang sa pagmumuka niya. His watching the altar all the time not even giving me a sight. *'Nag-iimagine ba siya na kinakasal kami?'*

"Why? You don't like to get married with me?" he asked again and now his staring at me.

"Hindi naman kasi sa ganon James. Areyou asking me?... I mean proposing!. Hindi ba't may ganon nagpro-propose ang lalaki sa babae or even you know, a ligaw or pamamanhikan?"

"Yah. Excited lang naman!" sagot niya and patted my head.

"How many kids do you like?"he asked again.

Naupo nalang ako sa tanong niya by staring at him his so very serious about the words he says. *Na o-overwhelmed lang ba itong taong to?. Pati pag-aanak naiisip niya.*

"Ayaw mo ba magkaroon ng baby?" wika niya saakin na nakatingin lang sa kaniya ng matagal.

"H-Ha?H-Hindi naman sa ganon. N-nagmamadali ka ba?Gusto mo ba ng Anak? B-baka kasi h-hindi ko maibigay iyon sayo" I said at him. Shot! I'm starting to cry, hindi ko talaga siya mabibigyan ng anak dahil sa hindi ko gusto bagama't nauunahan ako ng takot.

"No. Dapat sa ngayon palang nagfa-family planning na tayo,Mahal. Pero don't worry ikaw pa din ang masusunod" he said and kissed my forehead.

"Uwi na kaya tayo malapit na mag alas dose"mahinang wika ko.

Madami pa kasi siyang sinasabi about sa kung ano-ano,even the structure of the church ay walang kawala sa topic niya. Galing ba talaga siya sa military or his one of those expert philoshoper na kasama ni Dora.

"Okay,mukang excited kana sa pagkain eh" wika niya at nagsilabasan na kami sa simbahan.

Madaming nagtitinda doon sa labas ng kahit anong mga pagkain. Agad akong umalis sa pagkakahawak ni James at dumistansya sa kaniya ng makitang andoon ang mga ibang guro na kasama ko. Lagot!Ano nalang sasabihin ng mga ito saakin,mga chismosa pa naman ang mga ito.

Lumayo ako kay James at ang nilapitan ang mga kasamahan kong guro din na andoon. Namimili sila ng mga paro.

"Oh Hi Alianna,jusmeyo blooming natin ah" si Ella iyon,kasamahan ko.

"Hoy hindi ba si Tenyente Komandante iyan?" wika naman ni Clarrise na nakangusong nakaturo kay James na nakatayo lang malapit saamin.

Nanlaki naman ang aking mata sa kanilang sinabi ng makitang papalapit na ang lakad ni James sa kinatatayuan namin. Para akong pinagpapawisan na nilalamig ang batok ko sa kaniyang presensya.

"Good evening po,Sir" bati pa ni Ella sa kaniya. Tumango lang naman ito at hindi sumagot.

"Hi Sir. Pumapasyal din po ba kayo dito?Sino po kasama niyo?" pagtatanong naman ni Clarisse.

'I hope he will not get annoyed by them for asking too much personal'

"I have someone with me. My wife" he answer. I was too stunned to speak. Nakalapat lang ang tingin niya sa akin para bang nangungusap.

"Ay may asawa na po pala kayo. Sayang naman single pa naman itong si Ella ,Sir" wika naman ni Clarisse while shipping Ella and James at sa harap ko pa talaga.

James smiled on what Clarrise said,kinikilig naman si Ella sa tabi kunwari hindi niya gusto pero yung totoo gusto niya naman talaga. Tinignan ko lang si James pero nakangisi na ito at may pa tango-tango pa.

I just stared at him until I get his attention. "Well, is Ms. Alianna single?" he asked without any hesitation or something in his mind.

Sasagot na sana ako ng sumagot na naman si Clarisse sa tanong ni James. "Naku Sir nililigawan na kasi siya ng kaibigan niyong si Sir Zamora, matagal na mga ilang taon na din eh" sagot pa nito.

"Sige Ella,Clarisse uwi na ako malapit na kasi mag-alas dose,eh" pamamaalam ko sa kanila.

"Hoy 10 p.m palang ah!. Pero sige na baka din kasi naghihintay si Genesis sayo bhie" wika naman ni Ella.

Nakailang hakbang na ako ng marinig kung nagsalita nanaman si James. "Mahal,wait. I'm sorry but my wife is really hungry" wika pa nito sa mga kaibigan ko at umalis na din doon.

"Ano?!" gulat na gulat na reaksyon nilang dalawa.

"What's wrong?kanina kapa tahimik d'yan,Mahal" malambing na pagtatanong ko kay Alya,na kanina pa tahimik.

Nagmamaneho ako papauwi at kanina pa siya tahimik at nakatingin lang sa labas. Kanina pa siya ganyan, and as long as I remembered wala akong nagawa at ginagawang masama na against sa kaniya.

If she's jealous well?, hindi naman siya selosang tao ,I know all of her. She's fragile but she's not jealous, maybe I said something that makes her thinking all over again.

"Do you hear me Love?Is everything alright?" I asked her again and now she responded me a nod.

"Are you okay?Did I say something wrong? Sabihan mo ako, I can sense that there's something bothering at you alam mo namang ayokong nag-iisip ka masyado sa mga bagay bagay,Mahal." Wika ko at inilagay ang kamay ko sa kaniyang hita. "Ayaw kitang ma-stress, as long as I'm here I'll always making things ,wag ka lang magproblema sa kung ano-ano.Let me know so that I'm aware"

"You're so flirty, James" she said at tinabi ang kamay ko sa kaniyang hita. I secretly smiled on how she acted irritated at me. "Isipin mo, I'm there and you're so flirty eh hindi ka naman ganon eh!" she sounded like a baby now kulang nalang magpout siya para na siyang baby.

"Is that the 'something' you thinking right now?" I asked her again.

Andito na kami sa labas ng bahay. Hinawakan ko ang kaniyang kamay at minamasahe iyon.

"Argh! Naiinis ako sayo hindi ko matiis yung kanina. You should give me assurance if you want me to not overthink on 'us'. Stop giving the vibe and mixed signal, hindi ako bulag para hindi iyon makita" wika niya saakin at nauna nang bumaba.

'If only you know about my plan for this night, you should not overthink to much at baka hindi mo ako sagutin sa proposal ko mamaya'

Kabanata 15

Pumasok na ako sa bahay naming para magbihis dahil sa bahay nina Tita Janice kami magcecelebrate ng pasko kasi iyon ang gusto nina Mama.

'Nakakabwesit!. Mahal daw ako paru namang hindi sigurado'

"Nak, baba kana d'yan at kakain na tayo kila Tita mo" wika naman ni Papa.

"Opo,magpapalit lang ako ,sunod nalang ako sayo Papa" sagot ko pa sa kaniya.

The problem right now is that I don't have a nice dress. Argh!,di bale na nga lang magt-tshirt nalang ako or whatsoever. Sumasagi pa rin yung harutan nila sa isip ko.

Dapat hindi ko na iyon iniisip 'yan na tuloy hindi na ako makafucos sa pagpipili ng damit. Baka totoo nga din na matinik siya pagdating sa babae, baka din kasi mabiktima ako pagpinagpatuloy ko pa itong nararamdaman ko sa kaniya.But what if wala na ding tao sa mundo na iintindi saakin.Nakakainis ,nakakabaliw.

Pumunta na agad ako sa bahay nila pagkatapos ko halungkatin ang buong cabinet ,buti nalang at andoon ang mga binibigay ni Tita saakin na mga vintage na vibe na damit.

"So kamusta naman ang simba?Wala ba kayong mga nabili kahit turon man lang?" pagtatanong pa ni Tita.

"Wala po pero may nabingwit po siya'ng malanding isda" bulong ko pa .

Ewan ko but I'm not – ah basta hindi ko maiintindihan ang sarili ko. I can't say to my self na 'selosa or selos' kasi I'm not into him and we don't have any commitment. Shot! Tama ba 'tong kinahahantungan ko.

"Wala namang isda sa simbahan ah" sagot naman ni Tito Miguel na nakangisi at sumusupo ng pagkain.

I just smiled awkwardly to him, nakakairita!.

"Yeah, something smells jelly right?Ali?" James teased and I just smile at him awkwardly. *'Sarap mo sapakin'*

"Jelly? What are trying to explain?" I asked him calmly and enjoy eating spaghetti.

"Naku, wag kayong mag-aaway kasi pasko ngayon" ani pa ni Mama sabay pagsiko niya saakin.

'Hindi ko alam kung nanay ko ba siya ,kahit noon pa man si James nalang lagi kinakampihan'

"Mag-open na kaya tayo ng gift" suggest pa ni Tito Miguel na mas excited pa saamin.

Pumunta na kami doon sa sala at nagsiupo na sa sahig sa gilid ng Christmas tree.

Matagal ko nang pinaghandaan ang mga regalo ko sa mga parents ko. They deserved it for being the best among the best parents in the whole big world.

"Okay ako na mauna" pagboboluntaryo pa ni James at kinuha ang mga regalo niya at ibinigay sa mga magulang niya.

"Sabay natin buksan lahat, okay" wika ko din at kinuha na ang mga box na regalo ko sa parents ko at ibinigay din iyon sa kanila.

"Sige buksan naba?" Tita Janice.

"Go go go" wika ko.Excited din kasi ako.

Binuksan na nga nila iyon at nagulat naman sila sa mga regalo namin.

"F-Fortuner?" ani pa ni Tito na hindi makapaniwala sa nakita niyang susi ng kotse at ng mga papeles.

"Wow ganda naman" ani ko kay Tito.

"Thankyou,Anak" pagpapasalamat pa nito at tinapik tapik si James.

Nagulat naman kaming lahat sa paghiyaw ni Mama at bigla naman itong umiyak.

"Merry Christmas,Ma" wika ko sa kaniya.

"We don't need another house Alya. Ang mahal nito, I can't just get this" ani pa ni Mama, nilapitan ko nalang siya at niyakap siya ng mahigpit.

"Ma, you deserved it alam kung dream house mo iyan. I'm successful dahil sa inyo, it's just a payback for those things you've done" wika ko at kiniss si Mama sa noo.

"Ay gusto ko ito. Vacation Trip. Kasama ba sila anak?" pagtatanong pa ni Tita. Vacation trip kasi binigay ni James for his mother.

"Yup. I already scheduled that since yung balik ko is January 14 pa ,kaya lubos lubosin na nating magkakasama tayo lahat" sagot naman nito.

"Ano natanggap mo Tito Alejandro?" pagtatanong pa niya sa Papa ko.

"Another Bussiness branch. Mukang magiging busy na ako nito" sagot naman ni Papa at masaya ako dahil nakikita kung nagugustuhan nila ang ibinigay ko.

"Merry Christmas Everyone.!" masayang bati ko sa lahat at tumayo na din. Nagsiupuan naman sila sa couch at nakinig. "Don't think and worried about the prices or the heavy amount, deserve niyo iyan dahil sa sobrang mabuti niyong mga magulang, dahil sa pagpapalaki saamin at dahil napunta kami sa ganitong pamilya" pagpapasalamat ko pa sa kanilang lahat.

"I have also a gift for you ,James" wika ko at inabot ang isang malaking box sa kaniya.

"Hoy ang mahal nito" wika niya at bigla akong niyakap. It's a Jordan shoes, at iyon ang lagi niyang pinopost sa instagram niya kaya naisipan kung bilhan siya.

"Okay, I have a gift for you!" ani pa niya at may parang kinuha sa bulsa niya at bigla itong lumuhod.

Bahagya akong napaatras ,nagsitayuan naman sila lahat. 'Ito na ba iyon? O baka gutom lang ako at ano na ang naiisip ko'Sobrang bilis ng tibok ng puso ko, sobrang lamig pero pinagpapawisan ako.

Binuksan niya naman ang isang maliit na box at nakita ko ang maganda at kumikinang na singsing, nagsimula nang lumuha ang mga mata ko. 'Is he proposing?'

"Hi Ms. Alianna Pascua Elisandor, my childhood friend, my study buddy, my supporter, partner-in-crime. Di'ko naman inexpect na mahuhulog ako sayo, mahuhulog ako sa kaibigan" his voice broke. "You know me I loved you so much" wika niya and I can see his tears falling down. "I can explained everything but I loved you for enternity, for who you are"

Tinignan ko din sina Mama,Tita, Papa,at Tito. Puno ng emosyon ang buong bahay ,umiiyak si Mama at si Tita.

"Tumayo kana d'yan, you know already the answer" I whispered at him, my tears also falling down. I can't explained what I'm feeling today.

"Will you spend the rest of life with me?" he asked loudly.

Umiyak lang ako at tumango-tango. "Oo" I said and he hugged me eventually.

"Ay sorry yung singsing pala muna bago yakap" tawang ani niya at isinuot ang singsing.

He suddenly grabbed my waist and I can't believed he kissed me in front of our parents. Then the we all hear the fireworks.

"I love you,Ali"he whispered and kissed me again.

"Congats" ani ni Mama at niyakap ako ganon din si Tita Janice na panay ang paghalik sa noo ko.

"Congrats! Masaya ako sa inyo" ani pa ni Tita na maiyak iyak pa.

"Alagaan mo anak ko" nakasipat na tingin ni Papa kay James at tumawa naman agad.

"Mabuti naman at ganito ang nangyari, mas masaya pa sa merry" wika naman ni Tito.

"Balae!" pahabol pa nito sabay tingin kay Mama. "Kompadre"bati pa nito kay Papa.

Nagtawanan lang kaming lahat .

Ang saya ng puso ko. We are now about to enter a new chapter in life but now with him—my lover,my fiancé.

Kabanata 16

Umaga na. Hindi pa din ako makapaniwalang nagpropose ako sa babaeng ito at sinagot niya naman ako. It's been a huge and submissive journey for us Alya but yet the journey still continue but for now we're together.

"Goodmorning"pangigising ko sa kaniya at hinahalikan ang leeg niya. My favorite place. "Hi, future wife. Let's eat na" mahinahong wika ko.

"Anong oras na?" pagtatanong pa niya. I just staring at her, nakakalula ang ganda niya.

"3 p.m, Mahal." Pagsasaad ko at hinalikan ang kanyang noo.

"Stop staring at me" she said at kumunot ang kaniyang noo. I just smirked at her and kissed her again.

"Bakit?. Bawal ka bang titigan ha? You're mine now and finally mine only" I said in a husky voice.

"Stop owning me. May sarili din akong desisyon saka I know you,you're not possessive naman di'ba?. Pero nitong nakaraan parang possessive kana pagdating sa'kin ah"

"Ofcourse mahirap na, baka kasi agawin" I pointed her nose and she pouted. " Maganda ka pa naman.Damn! You're so attractive"

"Ewan ko sayo,dami mong alam" aniya. Alam kung naasar nanaman sya but I'm saying a fact.

Lumabas na kami ng kwarto at pumunta sa sala kung saan andoon sila,bumisita din sa'min ang mga malalapit naming kaibigan 'tsaka mga kasamahan ko sa trabaho. Andito kasi kami natulog sa bahay namin.

Pababa na kami ng hagdan ,nauna na si Alya saakin at ako naman ang nasa likod niya. Nagulat nalang ako ng huminto siya at itinulak ako pabalik ng kwarto. Hinahawakan ko ang kaniyang kamay at nagpatuloy sa paglalakad.

"James,ano nalang sasabihin nila… na may kasama ka dito. Balik nalang ako sa loob" she whispered while forcing her self to go back.

I just smiled at her at inakbayan siya. "You're my future wife, and I want them to respect you like how they respect me. I want them to see kung sino ang pinakamagandang asawa ko.I'm here,mahal don't worry" I give her assurance.

Nagpatuloy na kami sa paglalakad at bumungad nga saamin ang mga kakilala ko. I just smiled at everyone while nakaakbay kay Alya. I'm just being proud that I have her.

"Hala! Uwi na tayo, sobrang ingay na natin" ani pa ni Mark isa sa mga kasamahan ko sa barko.

"Ay gagoo. Iba din" Genesis scream.

"Goodmorning Ms. Alya" bati naman ni Jayce.

"What the fucking hell?!"pagmumura pa ni Bridgette at inilagay ang bote ng wine at nagtaas ng kilay. "Anong ibig sabihin nito?ha?" she asked confused. Palapit na siya ng palapit samin buti nalang at sinigawan siya ni Jayce.

"Herrera!" sigaw pa ni Jayce. I don't know what they are but I doubted the two of them as if something was strange. "Let them explain"

"Have a seat people!" wika ko at iginiya sila lahat sa mga upuan at umupo na din kami ni Alya sa isang maliit na couch.

"Anong meron?" pagtatakang tanong naman ni Arthur.

"Sir?" wika din ni Mark.

"Ali, this is Mark and Arthur mga kaibigan at kasamahan ko sa trabaho" pagpapakilala ko pa. Nagsitanguan naman sila.

"Nice to meet you, Sir" magalang na sagot naman ni Alya.

"So why the both of you have the same pajamas?" Bridgette asked, nag-iinterogate nanaman sya.

"Ay putagress , hindi ko pala na sabi sayo Bri" ani naman ni Genesis.

"What?What the heck is this about huh?" Bridgette uttered.

"So?Pinapunta mo kami for what?" Jayce asked me and sip his drink.

I looked at Alya for a second before I speak to them. "We're engaged!" masayang ani ko at ipinakita ang ring sa kanila.

Nagtakip lang si Bridgette ng bibig habang nakikita kung nanlaki ang kaniyang mata.

"Seryoso?" reaksyon naman ni Genesis.

"Ouhm" ani pa ni Alya na parang naiiyak din.

"Congrats brother" wika naman ni Arthur.

"Grabe ang laki ng bato, gagi" ani ni Mark na kinukunan ng litrato ang singsing.

"Congrats, Tol" Jayce said at nag-toast ng alak.

"Thankyou" pagpapasalamat ko pa sa kanila.

"Okay, Bridgette baby I need your reaction" ani ni Alya kay Bridgette na parang di makapaniwala, at umiiyak na.

"What's wrong with you?" I asked her.

"N-Nothing" she cried. "Masaya lang ako"

"Sus! Ikaw naman susunod eh, hindi ba?" pang-aasar pa ni Genesis.

Tumayo si Alya para yakapin si Bridgette na kanina pa umiiyak. Pumunta naman silang dalawa sa kusina para mag-usap. Bridgette always in our side kahit anong mangyari, she's the best cousin I ever have.

"Pustahan bente ,Jayce susunod oh" ani pa ni Genesis at tinutulak tulak pa si Mark.

"Gago ako 100 pre, ikaw susunod" sagot naman ni Mark.

"Do you still want to see the sunset, Zamora?!" Jayce calmly said in low voice and we all know that he's pissed.

"Bakit di mo ba gusto si Bri?Ha?. Gaguhin n'yo yung iba wag ako, alam ko mga galawan n'yo" asta pa ni Genesis.Sinusubukan niya talaga pasensya ni Jayce.

"Tsk!. I don't like her" he uttered. "She's a bad bitch, at ayoko sa mga babaeng ganon" ani pa niya at nagpatuloy sa pag-inom ng rum.

"Okay, so ano palang nangyari sa coastal lake?. Hindi kasi ako sure na gulong lang ng sasakyan mo yung pumutok non eh" Genesis uttered.

"Whatever, Zamora" Jayce is so pissed.

This dude is being dishonest. We all both knew there's something between them. The way they act and talked with each other. Maybe hate to love,whatever. Malaki na naman si Bridgette she knows how to survive, kaya niya naman buhayin sarili niya and maybe it's time for her to love and enter a relationship.

"Sir Peterson!" tawag pa ni Mark sa atensyon ni Jayce. "Naniniwala po ba kayo sa kasabihang 'the more you hate the more you fall inlove', tanong lang naman po Lieutenant" usal ni Mark.

Natahimik saglit ang living room dahil mas pinili ni Jayce ang hindi sagutin ang tanong while us is waiting for him to answer. I think his silence means he agree.

"Tigil tigilan niyo nga si Peterson." wika ko sa kanila. "But instead we should asked about Genesis miserable life?" I changed the topic.

"Miserable talaga?. Maganda kaya buhay ko. Sobrang matiwasay at malinaw. Wala eh!, wala kasi akong responsibilidad hindi kagaya niyo merong mga iniisip" he said sarcastically, and teased Mark.

Mark already have a family at ngayon ay buntis ang kaniyang kinakasama.

"Mapagmahal kasi ako kaya madadagdagan nanaman mga lahi naming. Hindi kasi ako baog!" bulyas pa ni Mark.

"Hindi ako baog!. Gago, namimili lang ako ng magandang lahi din!" patawang wika ni Genesis.

"Hindi ka talaga makakapili kung ganyan yung itsura mo" sambat naman ni Bridgette. "Mukha kang unggoy na nakawala sa zoo" biro pa nito. Pinagtawanan lang namin si Genesis na nanlumo sa mga sinabi ni Bridgette.

"Eh ano naman. Hindi naman basehan sa pagmumuka ah , sa kung gaano naman kalaki ang dinadala" patawang sagot ni Genesis.

Bumalik naman na si Alya at tumabi ng upo saakin.

"Bayag mo small!" pang-iinis pa ni Bridgette kay Genesis at akmang iinom ng alak.

"Bridgette, rum yan" buyag ko sa kaniya. She have low tolerance. Inirapan niya lang ako habang ibinababa ang baso niya.

"Small daw nakita mo ba?" asta din ni Genesis.

"Tumigil na kayo lalaswa niyong dalawa" buyag pa ni Alya sa kanila at tumahimik naman silang dalawa at palihim kaming natawa sa kanila.

"Meryenda na tayo, nakapagluto na ako" dugtong pa ni Alya.

Nauna na sila sa kusina at sumunod na kami sa kanila. Hinakot namin yung mga pagkain sa likod ng bahay. Kumain muna kami doon sa likod ng bahay kung saan may swimming pool. Nagsimula nanamang magtampisaw sina Bridgette at Alya sa swimming pool, I'm wondering what they talking about and it seems they're happy.

Mga bandang 6 a.m na sila natapos at nakauwi, buti naman talaga masosolo na ulit namin yung bahay-I mean…yah, in not dirty way naman. Hindi naman sa hini-hate ko yung mga friend ni James, like what he said my friends are his friends also so walang rason para ganon. But honestly iba din kasi pag kami lang dalawa.

"Pagod na asawa ko" he whispered from behind. His hugging me from behind, ang sweet lang.

"Wala na ba sila?" I asked him.

"Hmmm?bakit?" he asked with his awkward smile.

I just poked his forehead, "Ano iniisip mo?ha?" wika ko sa kaniya tumawa lang naman ito.

Nagsimula na kaming magdinner ng dumating naman sina Mama at Tita na may dalang shopping bag. Gumagala nanaman itong dalawang ito.

"Oyy,goodevening Ma" bati pa ni James at bumisiso sa kanila ganon din ako.

"Kain muna kayo, nagdinner na ba kayo?" wika ko sa kanila at kumuha ng plato.

"Where you two from?" James asked them.

"May discount kasi sa mall kaya di na namin pinalampas iyon. By the way,we buy clothes for Alya as well sayo nak" ani ni Mama at inilabas ang isang one-piece suit sa harap ni James na kumakain.

Naubo naman si James at saka ko siya tinawanan at binigyan ng tubig.

"What do you think, nak?.Bagay naman ito sa kaniya eh" suporta pa ni Tita Janice.

Agad naman kinuha ni James iyon at inilagay pabalik sa paper bag. "No,she's good wag n'yo na ibahin style niya" ani pa niya.

"No!. No it's cute, it looks pretty on me. Try ko yan mamaya,Ma" pang-aasar ko pa lalo kay James. Kumunot naman ang noo nito, he knows I don't like very revealing things and now his mad.

"Sure,Alya" ani ni Tita. "Eh!Ano naman kung magsuot ng ganyan si Alya ha?" pagtatanong ni Tita kay James na naka-ikis ang mga braso sa kaniyang dibdib.

"Kung hubaran kaya kita,ha?. Seryoso ba kayo? Ipapasuot n'yo talaga yan sa kaniya?" his so irritated the way he raise his voice. Nakatingin na siya sa'kin para bang hinihintay ang desisyon ko.

"Edi hubaran mo gusto ko lang e-try,eh" pang-aasar ko pa.

He just smirked and raised his brows, "Talaga?" sound's like something dirty.

"Sige. Sige payag na ako, ipasuot n'yo yan sa kaniya" wika ni James na pilyong nakangiti. Ano nanaman kaya iniisip niya. Nakapamulsang tumayo naman ito at lumakad papunta sa hagdan, "I'll not be responsible on what happens next, cause i'll make sure that I'll stop your menstruation for 9 months." he said.

Nanlaki naman ang mata ko sa mga sinabi niya,at umakyat na siya papunta sa taas. Naghiyawan naman sina Mama at si Tita, napaupo nalang ako at uminom ng maraming tubig. Lagot!

"Ay besh, uwi na tayo may gagawin pa ata sila" wika naman ni Mama at hinihila si Tita Janice.

"Sige Alya anak, alis na kami. Sayo yan lahat isuot mo" wika naman ni Titan a kinakaladkad ni Mama palabas.

Umalis na sila at naiwan akong andoon sa kusina. Mapapasubok ata ako mamaya. Bakit pa kasi dumating sina Mama. Maaga pa para isuko ang bataan. Tulong.

I bit my lower lip to stop the urge of smiling at their reaction. I can imagine what's on Alya's brain right now, madumi pa naman 'yon kung mag-isip.

Tangina! Muka na akong timang, kinikilig ba ako?Gago.

Kabanata 17

"Mahal?!" rinig ko ang pagtawag ni James sa'kin. Nasa kwarto na kasi siya at napag-isipan kung manood muna ng tv dito sa living room.

"Andito!" sigaw ko pabalik.

Katabi ko si Andrei na natutulog na, jusko ang bigat pa naman nitong asong ito. Sobrang spoiled pa naman, laging chicken ang ulam. Kinurot kurot ko at inalos ang pagkakahiga nito. Spoiled ka ni Daddy mo, nanggigil ako sayong aso ka.

"Akin na" ani pa ni James at kinuha ang aso at inilagay sa tulugan nito.

"Hoy! Akin na yan!" ani ko pa kay James.

"Ayoko!" sigaw din nito, bumalik na ito malapit sa'kin at humiga din doon sa couch katabi ko.

Napangiwi nalang ako sa kaniya na parang bata. "Ay naku! Ayan na ang sikip" reklamo ko pa, sinisiksik niya kasi sarili niya.

"Hayaan mo na. Ikaw nalang sa taas ako sa baba o ako sa taas ikaw sa baba" wika pa nito, tumayo nalang ako. Kulit talaga!

Honestly, I'm satisfied with this like being us. Funny somehow naging kami pa din, we're getting old malapit na kaming mawala sa kalendaryo. Maybe it's time to have another one in the family. Alam kung gustong gusto niya magka-baby.

He suddenly grabbed my waist and I sit directly to his lap. We stared at each other's eyes, I was still in shocked and he slowly lean kisses in me. Tatayo na sana ako pero sobrang lakas ng pwersa niya. Napalunok nalang ako sa kaniya at tanging galing lang sa tv ang naririnig ko. Hindi pa din kami nawala sa pagkatitigan.

"Mamaya na" wika ko sa kaniya, nagpout naman ito.

"Bakit?!" he said in his baby voice.

"Kukunin ko yung wine" ani ko.

"Why?" he asked seriously.

"I want to drink"

"Ako na kukuha" he said.

"Nice muscles by the way" I teased him. His not wearing a t-shirt.

"Sus" patawang ani niya.

Bumalik naman siya agad dala dala ang isang bote ng red wine at rum t'saka mga baso na din.

"Are you sure you want to drink Mahal?. May pupuntahan tayo tomorrow, you should probably rest now" malambing na wika nito.

Pupuntahan? Asan nanaman kami pupunta bukas?'

"Saan tayo pupunta?" I asked him.

"Vacation trip tomorrow. Remember the Vacation Ticket I gave kay Mama,bukas na iyon. Malayo pa naman ang byahe papunta sa pier, are you sure you won't take a rest it's pass 10 a.m Mahal" he explained.

"Nah. I want to spend the night with you. Gusto ko uminom t'saka Mahal hindi nakakalasing ang wine,okay"

"Did you just called me 'Mahal'?"

Umupo siya sa gilid ng couch at tumitig saglit, tumawa lang ako sa kaniyang reaksyon at tumango tango. He hear me right but act innocent.

"That's good you should call me that often" he said and planted me with his kisses. "Hmmm, nakuu nangigil ako sayo" he said and kissed me gently.

It was a warm night for the two of us where we shared warmly with each other. I can feel his excitement, the way he rides makes me feel so good because of the strange tension between us. Only grunts and the sound from the television could be heard in the whole household.

After a flurry of emotions and war in the living room he led me inside our room. He made the bed and dressed me properly, another bloodless war happened between us where we had equal pleasure with each other.

"I hope we can have a mini Alya" he whispered.

"Paano mo naman nasisiguradong meron eh it's our first time doing that" I answered him.

"I just make it sure my warriors swims in your river, so sleep tight Mahal. May pupuntahan pa tayo bukas" he whispered again and kissed my forehead.

Nagising ako ng maaga as usual, mahimbing palang ang tulog ni Alya she must be tired last night. Bumaba muna ako para magorepare ng breakfast for her bago siya magising. I pick up those undies and some t-shirts of us at nilagay iyon sa banyo para labhan mamaya.

I made fresh salad and yummy cookies for her. Don't ask me where did I know these things like baking, kasi I'm always on youtube watching something knowledgable things. I hope na may isa din akong anak na marunong magluto para in the future hindi na mahirapan si Alya do things on her own.

Dinala ko na ang tray na naglalaman ng salad,cookies and milk sa taas. Dahan dahan ang paglapag ko sa mga ito at baka magising siya.

"Hi mahal good morning po" I whispered to her and kissed her again. Naiispoil na ata siya sa akin.

"Ouhm,bakit? She said.

"Oh, you're so pretty Mahal" wika ko at hinabi ang kaniyang buhok na nakatabon sa kaniyang muka. Shit! I can stare at her for years,bakit ba akasi ginawa kang maganda'

"Stop staring at me" aniya at tinakpan ang muka ko gamit ang palad niya.

"Okays, kain kana then mag-aayos na tayo ng gamit natin. Bring your bikini the one Tita Andrea buy" I said.

I prepare our van for the trip,mas mabuting isang sasakyan nalang ang gagamitin it's convient and hussle free. I also tried to call Bridgette at baka gusto niyang sumama saamin. She likes sunbating pero mukang busy siya.

Nasa pier na kami lahat at hinihintay nalang naming ang Kapitan na siyang magmamaneho ng yati na sasakyan namin.

"Hi Mr. Jiminez, I'm Keeon Herrera ,Bridgette's older brother" pagpapakilala pa niya. We do handshake.

"Yah, thank's for the accommodation for my family. Salamat at napagbigyan mo'ko" I said he just give me a smile and tapped at my shoulder at itinuro ang isang malaking yati na s'yang gagamitin namin.

"The captain is already in there, enjoy you're vacation James"

"Thank you, Keeon"

Naglakad na kami papunta doon at nauna na sila Mama at Tita, they are both excited about the interior design and structures of the yatch. Nagpahuli na kami ni Alya para e secure ang van sa parking lot.

"Siya ba yung may-ari ng pier?" she asked.

"Oo, kapatid iyon ni Bri sa side ng Papa niya. Si General Herrera" ani ko sa kaniya.

"Kaya pala parang hawig sula. Close kayo 'non?" she asked again with confusion.

Napatidhay nalang ako at tinignan siya, napakunot ang nook o dahil mukang interesado siya sa taong iyon.

"Not so close" sagot ko tumango tango naman ito.

"Ahh pero ano... ay wala pala" she uttered. Ano nanaman ba iniisip nito.

Papaakyat na kami sa yati ng magtanong ulit siya.

"Alam mo bang may phobia ako sa tubig?" she asked again. Nakahawak siya sa braso ko habang nasa hagdan kami papunta sa deck ng yatch.

"Oo, tatakot ka 'noh?" asar ko pa sa kaniya. Mas humigpit naman ang yakap niya sa braso ko. "Bakit ka ba tumitingin sa tubig ha? Kaya ka natatakot eh!"

"Hindi naman siguro lulubog 'toh. I mean we're all six persons here, baka kasi malunod" she said.

Natawa nalang ako sa sinabi niya at pinaupo siya sa gitna, "Stay here, hindi naman malulunod 'toh. Saka marunong naman lahat lumanggoy" asar ko ulit sa kaniya.

Huminga muna siya ng malalim bago bitawan ang braso ko at hinampas iyon ng malakas. "Tarantado ka pala eh, alam mo naman sigurong hindi ako marunong lumanggoy. Pag ako nalunod talaga, mumultuhin kita"

"Natatakot ako whaa" patawang sigaw ko sa kaniya, nagsimula na siyang magsimangot at umirap irap.

Bakit ba kasi sobrang ganda niya pag naiinis siya. I bit my lower lip to stop the urge of smiling at naglakad papunta sa cabin at kumuha ng konting drinks. Nagulat naman ako nang may sumiko saakin at si Papa iyon, nakangiti din siya at tumitig saakin.

"Bakit?" nakangisi kung tanong sa kaniya.

"Nakita ko yun ah" ani niya at nakangisi din.

Hinawi hawi ko nalang ang buhok ko. Takte! Inlove na inlove ata ako. Di'ko na maintindihan sarili ko,ngumingiti na ako habang tumitingin ng inomin. Di naman ako ganito dati eh!.Pinipilit kung pigilan ang kilig ko pero putik ang hirap.

"Hindi ko na maintindihan sarili ko Pa" ani ko sa kaniya at binigyan siya ng isang shot ng beer.

"Tss,balik na ako don" ani pa ni Papa at inubos ang kaniyang inomin at lumakad na. "Ayusin mo sarili mo nagmumuka ka ng baliw kakatawa" pahabol pa niya.

Gago! Na bulls-eye ata ako. Umayos ka James!.

Wala talaga eh! yung irap niya talaga yung nagdala HHAHA baliw na ata ako.

Nag-iinit yung pisngi ko kakangiti,nagmumuka na akong baliw kakangisi. Nakakainis!

Nagchichismisan kaming tatlo nina Tita at ni Mama ng biglang tapikin ni Tito ang balikat ko. May dala na itong mga bote.

"Tignan mo si James sa cabin, ngumingiti" wika pa niya.

Agad naman akong tumingin sa likuran ko at totoo nga ang sinabi ni Tito na nakangiti nga ito. Ano bang ginagawa niya sa mga alak at makangiti siya ay abot tenga.

Nakakunot ang noo ko ng bigla niyang hinalikan ang bote ng whiskey at panay ang ngiti niya. 'Anong nangyayari sa lokong 'to?. Is he insane?'

"Ayieee" paubo ubo na wika nina Tita at ni Mama.

"Baliw!" ani ko ng biglang tumingin siya sa direksyon namin.

"Aysus! Mga kabataan nga naman ngayon" ani pa ni Mama at panay ang irap niya.

"Selos ka lang, di mo kasi naranasan" ani din ni Tita Janice.

Napasapo nalang ako sa aking noo sa mga pinagsasabi nila.

"Okay lang yan Alya normal lang 'yan" ani ni Mama na nangungurot ng pisngi.

"Ma!" ani ko pa sa kaniya at tumigil naman ito.

"Naku, baby girl pa din kita kahit may asawa kana" asta pa ni Mama.

Umupo naman si James sa tabi ko na may dalang bote na kulay green. Bigla namang tumayo sina Tita at si Mama at lumipat ng pwesto malayo-layo sa'min.

"Ano yan?" pagtatanong ko pa sa kaniya.

"Umiinom ka diba?" he asked.

"Hindi!" usal ko sa kaniya, naiinis pa din ako sa kaniya. Kaya walang rason na sagotin siya ng mahinahon.

Inabot niya ang isang bote 'non na nakabukas na. Inamoy ko pa iyon at matapang ang amoy 'non na may parang apple scent.

"Try this Mahal" he said.

"Ayoko, baka malasing ako" bulyas ko pa.

"Eh ano naman edi matulog ka" sagot naman niya at yung isa naman ang kaniyang binuksan.

"Ano gagawin mo pag natulog na ako" wika ko sa kaniya.

Tumawa lang muna siya at mahinang pinitik ang noo ko kaya napakunot noo nalang ako sa kaniya. "Ano ba iniisip mo? Ha?" nakangiting wika niya.

"Wala, nagtatanong lang" palusot ko pa. Muntik nay un!, ano ba kasing naiisip ko.

"Depende kung gusto gawin natin iyang nasa isip mo" pilyong sagot niya. Huminga nalang ako ng malalim, nakakastress na talaga siya.

Tumayo ako at nakapamewang na nakaharap sa kaniya. Tinaasan ko din siya ng kilay. "Seryoso ka ba?" bagot na sagot ko sa kaniya na walang tigil ang kakatawa, akala niya siguro may nakakatuwa. "Ayoko na nga lang uminom!" pagdabog na ani ko. Mabilis namang nag-iba ang emosyon niya at naging seryoso ang muka nito.

"Hindi, dumi nanaman nang isip nito. Clean your thoughts I'll not do that without your permission" he said seriously. Galing talaga nito ,pag sobrang seryoso sobrang englishero tas pag nang-iinis straight na tagalog.

"Pano pa ito?Wala bang baso?"wika ko pa. Hindi pa ako nakakalakad ay hinawakan niya ang kamay ko at tumayo.

"Wait kukuha ako,upo ka muna" wika niya at sinunod ko naman iyon.

"Haha baliw akala ko ba shy type gusto mo" asta pa ni Alya, she's already drunk at kung ano ano na ang pinagsasabi niya.

"Hindi naman ako ganon" sagot ko din sa kaniya.

Pulang pula na ang pisngi nito at nakasandal ang katawan sa'kin. Ayaw niya din daw kasi kumain kasi gusto niya daw magkwentuhan kami.

"Hindi, ganon ka ang pangit ng ugali mo . Lagi mo ako ... sinasabihan na ano ....na ano... yung anong tawag don"

"Lasing kana, ano sinabi ko sayo?"

"Na ano...mahina ako ha?. Na para akong pagong" maiyak iyak na sabi niya. "Mamahalin mo ba ako pag naging pagong ako?" tanong naman niya habang tinuturo ako.

"Hindi! Tatapon kita sa dagat,ayoko sa mga pagong eh" patawang usal ko pa. Umiyak naman siya nang malakas.

Napakamot nalang ako at pinatahan siya.

"Hindi kita itatapon turtle lover kaya ako. Kahit maging jellyfish ka pa o kahit garapata ni Andrei mahal pa din kita" wika ko at hinalikan siya nang madami sa pisngi.

Tumawa lang naman sina Tito at sina Papa.

"Alya payag ka maging garapata?" pagtatanong pa ni Tito.

"Hindi huhu" sagot naman nito,nakapikit lang siya. Lumingon naman ito saakin "Muka na ba akong garapata?" pagtatanong pa nito,para na talaga siyang bata.

"Hindi ganda ganda kaya ng baby Ali namin oh" sagt ko pa at pinawi ang kaniyang luha.

"Nagsisi ka ba?" tanong pa ni Tita, lumingon lingon lang ako.

"Hindi mangyayari yun" sagot ko pa. "Matutulog kana ba Mahal?" pagtatanong ko pa kay Alya. Hindi na ito sumagot at alam kung tulog na ito.

It's 9 am ng magising si Alya na gutom at naghahanap ng pagkain naisipan niyang tumingin sa cockpit at nagulat siya ng makitang si James ang nagmamaneho sa kanilang sinasakyan na yate and its make Alya's jaw dropped as she seeing her hot and cool future husband. *Siya pa ba iyan?*

"James?" she hesitate to call his name.

"Yes love?" sagot naman nito at tumingin sa kaniya.

Lumapit ako sa direksyon ni James, naramdaman ko ang pag-init sa katawan ko pati na din sa paligid. She directly grabbed him and directly planted a kissed, hindi din naman umayaw ang binata at tinugon din ito.

Tumigil ako at ipinalibot ang paningin sa kabuuan ng cockpit, "Asan ang kapitan d'yan?" I asked him.

"May emergency at ipinakuha siya ni Keeon" paliwanag niya at muling hinalikan ang dalaga sa labi.

Alya's arm wrapped around James' neck while James kissing her passionately and aggressively. James unbottom his polo and went back to covering Alya's lips.

"You're so intense!" giit ni Alya, at inalis ang damit niya.

James kissed and planted some marks on her neck and it make them both feel hot inside. Dahan dahang inaalalayan ni James ang likod ni Alya at pinatalikod ito sa cockpit, James rubbed his hand under Alya's shorts while kissing her nape.

"Kailangan ko pa bang tumalikod for this James?" she asked.

"Yah it will be more heaven if we're in this position" James whispered.

Kabanata 18

This is our second day of Vacation at andito na kami sa kalagitnaan ng dagat at walang signal. Namimiss ko na yung aso ko na kay Genesis ko kasi siya pinabantayan at kinakabahan ako kung anon a nangyari sa kanila. Baka naging paksiw na siya pag-uwi ko lagot talaga yung unggoy na iyon saakin.

"Coffee?" James asked ,andito lang ako sa labas at pinipicturan ang sunset.

"Ano tawag nung ininom natin kahapon?" pagtatanong ko sa kaniya,masarap kasi yun.

"Sujo. Bakit gusto mo yun?"

"Oo masarap 'noh, hindi naman pala iyon nakakalasing" usal ko pa at bigla naman itong tumawa. Baliw talaga!

"Ewan ko sayo" mahinang sagot niya at yumakap mula sa likuran ko.

"Kailan mo gusto magpakasal?" he whispered.

"Ikaw?Kung kailan mo gusto" sagot ko din.

"Ngayon na,okay lang ba?"

"Walang pari na magkakasal sa'tin ,nasa kalagitnaan tayo ng dagat oh" pagtuturo ko pa sa paligid.

I can feel his kissing my earlopes and head.

"Pag naging pagong ba ako mamahalin mo pa din ako?" patawang wika niya. Nilingon ko naman siya.

"Ano?!"

"Wala ,sabi mo kasi yan kahapon di'mo maalala?. Nalasing ka kasi" ani pa niya.

"A-Ako?Bakit ko naman sasabihin 'yon!". *Shuta!Sinabi ko ba talaga iyon? Nasobrahan ata kalasingan ko*

"Oh sige isipin mo pa.Wag ka iinom ng hindi ako kasama at baka ano pa masabi mo" aniya at nakapamulsang umalis.

Naiwan naman akong pilit inaalala ang mga nangyari. Ginawa ko ba talaga iyon? Ano pa kaya yung mga katarantaduhang ginawa ko.

Hanggang sa pagkain ay sila sila lang ang nag-uusap at ako naman ay nag-iisip at binabalikan ang mga nangyari kahapon. Hindi naman siguro ako naging tigreng gala kahapon.

Nagulat naman kami ng may sumulpot na nakaitim lahat at naka mask na babae sa harap naming, agad namang tumayo si James sa harapan namin.

Kinuha niya ang telang nakatakip sa muka niya. Nanlaki naman ang mata ko nang makita siya ulit.

"I'm back" she said at inilabas ang baril at tinutukan kami isa isa.

Nakatago ako sa likod ni James, kinakabahan ako pero wala din namang silbi ang kaba ko eh. Kailangan ko din na maging matapang at baka mapano pa sina Mama.

"What the hell are you doing Veronica" James said seriously.

Tumayo na din ako at tinabunan si Mama ,nagsitayuan na din kami lahat.

"Let's go home, James!" sigaw pa nito.

Sasagot na sana si James pero inunahan ko na siya. "Hindi!. Hindi siya sasama sayo. Are you a moron? Hindi ka ba nakakaintindi, umalis kana!"

"You biatch!. Wag kang nang-aangkin his mine at iuuwi ko siya"

"Walang sayo" wika ko pa at umabante naman siya. "Sige subukan mong lumapit ng malaman mo kung sinong binabangga mo!"

"Go away Veronica!" sigaw pa ni James.

Bahagya akong lumapit sa kaniya.

"Hindi mo pa ako kilala, I'll be your worst enemy. You're forever insecurities, kung pagiging maganda lang hindi ka pa nakakalamang sa talampakan ko. Kaya kung ako sayo umalis kana bago pa kita kaladkarin paalis" kalmadong ani ko sa kaniya, nakita ko ding tumulo ang luha niya.

"Oh ano pang tinatayo mo d'yan? Iiyak ka lang ba?. Matagal nang walang kayo" pang-aawa ko pa sa kaniya. She pointed me her gun.

"Alya!" sigaw pa nila.

Lumapit naman si James kaya nalipat ang baril sa kaniyang noo. Medjo kinabahan ako sa ginawa niya, but I trust him.

Tumalikod na ako at nilapitan si Mama hindi pa ako nakahakbang ay nakarinig ako ng putok. Nilingon ko iyon at wala na... wala na... wala ng malay na nakahitaya si James. Tumakbo ako agad palapit kay Veronica na nakaluhod.

"I'm sorry" pag-iyak pa niya.

"Hayop ka! Anong ginawa mo!" sigaw ko sa kaniya at nilapitan siya.

"Hindi ko sinadya, Alya" she said naka sakay ako sa katawan niya at nagigilaitang balatan siya ng buhay.

Hindi na ako nagdalawang isip na suntukin siya sa sobrang galit ko. Kinuha ko ang baril niya na nasa gilid at itinutok sa kaniya.

"Kailangan mo nang mawala!" sigaw ko sa kaniya.

"A-Alya w-wag" si James iyon , duguan at namimilipit sa sakit. "W-Wag...N-Na wag M-Mong dudumihan ang kamay mo, M-Mahal" putol putol na sagot niya at sumuka nga siya nang dugo at nagsimula nang mag-iyakan sina Tita.

"AHHHH!" sigaw ko pa. Sobrang bigat at nasasaktan ako sa mga nakita ko. Sa harap ko pa talaga, di'ko magawang lapitan ang katawan niya kasi natatakot din ako.

Bumalik na kami sa pier at kinarga na siya nang ambulansya, at sina Mama at Tita muna ang sumama at susunod kami nina Papa. Nakatali na din si Veronica at isinuko nanaman sa pulis at kinokombensi ang kapitang ng barko na maging testigo sa imbestigasyon nina Papa at ni Tito.

Andito lang ako sa isang gilid kung saan ako mag-isa lang,umiiyak. Di'ko alam ang gagawin ko pag may nangyaring masama sa kaniya.

Nagfla-flashback ang mga memories naming sa isa't isa, sana pala hindi ko ikinampanti yung sarili ko. Sinisisi ko na naging sobrang masaya kami ng mga ilang araw at ito pala ang kabawian ng mga iyon, sobrang sakit. Paano na ako?

I felt so heavy that I can't even burst my tears. Nakailang sigaw na ako at namamaos na din pero wala pa din. Wala din namang mababago.

Hindi ko manlang na ipahayag ang pag-ibig ko, kung gaano ko siya kamahal. Ahh shit!,

Flashback*

Habang papauwi galing sa paaralan ay sabay kaming naglalakad ni James, malapit ng mag-alas sinco at wala ng mga traysikel na nakapara doon sa labasan para sakyan namin pauwi.

"Ayan na!. Tagal mo kasi maglakad wala na tuloy traysikel maglalakad nanaman tayo nito" reklamo pa nito sa'kin.

"Bat mo pa kasi ako hinintay?" mabilis na tanong ko sa kanya, hindi naman ito umimik.

"Sus! Baka kasi mapano ka, malilintikan ako kay Tita Andrea"

"Crush mo ata ako eh ganyan lagi palusot mo!"

"Hindi kita gusto, t'saka gusto ka ng mga barkada ko!"

"So gusto mo nga din ako?"

"Hindi nga, kulit ah!"

"May crush kasi ako, matangkad, moreno , mabait, t'saka lagi akong hinahatid"

"Umamin kana ba?"

"Nah!, malabo kasi hindi niya ako type. T'saka ano sasabihin ko sa kaniya kung aamin man ako"

Alam ko talagang wala akong pag-asa sayo, kahit ano nalang parinig ang gawin ko wala pa din . Eh kesyo bata pa tayo, highschool na tayo James. Ayoko magtake ng risk sayo baka kasi pag-umamin ako masira pa friendship natin, I'll wait until you'll realize na ikaw ang gusto ko.

"Hoy Ayla,kanina pa ako nagsasalita dito dika nanaman nakikinig" sigaw pa nya sakin.

"Sorry na,ano ba kasi 'yong sinasabi mo,ha?" malambing na sabi ko sa kanya at inakbayan ko sya.

"Tsk,lumilipad nanaman utak mo" mahinang wika nito at inilipat ako ng pwesto. Bale, ako na yung nasa gilid tas sya naman 'yong nasa kabila. *"Bakit nga?"* tanong ko pa sa kanya.

"Dyan ka kasi muntik ka na masagasan ng Van" wika pa nya. *"Ano ba kasi 'yang iniisip mo,kanina pa 'yan ah"*

"Eh! Kasi malapit na finals tas college na tayo tas dina tayo magkikita diba? Tas ano-"

"Ano ba 'yang iniisip mo dami mo namang sinasabi" pagputol nya pa sa sinasabi ko.

Tinignan ko lang sya habang naglalakad kami tinignan 'nya din 'ko at ginulo ang buhok ko kaya winaldas ko ang kamay nya.

"Ano ba James,seryoso nga kasi" wika ko pa sa kanya.

"Magkikita pa naman tayo kasi magkapitbahay tayo saka wag ka muna mag-isip ng ganyan" mahinahong pagkakasabi nya at umakbay sa'kin.

Ipapalusot ko nalang yung college life kaysa naman malamang mong adik na adik ako sayo tas pag na reject mo'ko iiyak ako. Wag nalang!

"Eh kasi naman...nakakatakot" mahinang wika ko.

"Pangako di ako maghahanap ng babae doon,sisiguraduhin kung tatlo lang yung babae sa buhay ko" patawang wika pa

nya, diko naman inasahan ang kanyang pagsagot sa akalang hindi nya ako narinig ang sinasabi ko.

Kumunot naman ang noo ko at inisip kung sino ang tatlong babae sa buhay ng mokong na 'to.Tinignan ko naman sya sa pagtataka pero nakangisi lang ito habang nakatingin sa daan.

"Grabe naman 'yong tatlo,di ka ba marunong makuntento sa isa ha?" sigaw ko pa sa kanya tumigil naman ito sa pagngiti at bahagyang nakapawang ang kanyang mga labi.

"Tatlo kasi si Lola,si Mama, at ikaw" banggit nya at bigla lang tumawa.

Ewan ko ba diko maunawaan.Masaya ba siya o sensero sa pinagsasabi niya eh parang hindi naman.Hayst,gusto ko pa namang umasa kaso baka mauwi din sa wala.

Kabanata 19

After a minute ay tinawagan na ako ni Mama kung asan na ba 'raw kami at nag-aagaw buhay na si James. It keeps me breaking everytime I heared them crying over the phone. Ayokong makita ang paghihirap niya doon, I can stay here at the pier stupidly and continuesly crying and screaming in pain.

Hindi pa nga ako nakakasal,mawawalan na ako ng asawa. I can't breath normally ,sumasakit na ang dibdib ko sa pag-iyak at habang tumatagal ay sumisikip. Flashback memories, promises, and event's are made me cry so much.

How can love be so cruel?. Para akong trinaydor ng tadhana, I expected too much and my expectations leads to something painful. Akala ko okay na ang lahat wala ng gulo,akala ko wala na si Veronica, nakulong na siya but yet naging sobrang kampanti ako. Na sa hindi ko inaasahan na yung taong mahal ko pa talaga ang maging kapalit sa mga kasiyahang iyon.

"Alianna!" sigaw ni Papa saakin, bumalik naman ako sa sarili ko. "Magpapakamatay kaba?"

Muntik na pala akong mahulog sa dagat. Nalulula ako sa sitwasyon at sakit na nararamdaman ko.Niyakap niya ako ng mahigpit at umiyak nalang ako sa kaniyang balikat, I'm tired of crying.

"Anak kailangan mong lumaban, kailangan mong magpakatatag hindi naman tayo papabayaan nang Diyos eh!."hinahaplos haplos ni Papa ang ulo ko at hinahalikan din iyon."Alam ko ayaw din ni James na nakikita kang lumuluha,huwag mo pangunahan ng masamang pag-iisip ang mga bagay bagay"

I received a text from Mama na malapit na matapos ang operation ni James. Andito ako sa bahay naming at nag-iimpaki para dalhin sa hospital, binabaliwala ko ang pagbagsak ng mga luha ko.

'Anong rason kung bakit humantong kami sa ganitong sitwasyon?. Sino pa...Sino pa ang kailangan mapahamak para maging payapa na kami?. Ako ba 'yong nagkulang kaya ito nangyayari, gusto lang naman...naming maging masaya. Gusto ko lang!. Gusto ko lang magmahal bakit ako ginaganito ng tadhana. Madaya, madaya lang talaga!.'

'Pero kung kailangan kung pagdaanan ito, kakayanin ko. Alya, kayanin mo!' palihim na ani ko sa sarili ko,kailangan kung magpakatatag.

Dumating ako sa hospital mga bandang 7 p.m na nang gabi. Ako muna ang tumingin kay James, madaming IV ang nakakabit sa kaniya at mga tubo.

Sapo sapo ko ang dibdib at bibig ko at hinayaang pagmasdan ng mga mata ko kung paano siya ginagamot ng mga Doctor habang ako naman ay nakatayo lang sa pagitan ng mga bintana. Habang patagal nang patagal ay bumibigat ang pakiramdam ko mas sumisikip, mas sumasakit. Para kung pinagmamasdan ang pakikipaglaban niya sa kaniyang buhay.

Oo!, sinasaksi ko lahat iyon. Nasaksihan ko ang bawat pagflat sa screen at bawat pagcpr ng mga Doctor sa kaniya. Pinipiga yung puso ko sa tuwing ganon ang sitawasyon sa kaniya,gusto ko siyang yakapin... gustong gusto ko na.

"Please be alive,James...Please kahit ngayon lang, I want you to fight . Isalba mo buhay mo James,madami kaming naghihintay sayo... Ako!. Pano ako?!...Hoy Mahal" bulong ko sa hangin,bumagsak ang katawan ko at nakasandal sa gilid ng pintuan. Di'ko na mapigilang ibuhos ang iyak ko.

Ilang oras pa ay dumating si Genesis at nakauniporme pa ito. Agad niya naman akong tinulungan sa pagtayo , niyakap ko nalang siya nang mahigpit.

"Malakas siya ,Alya. Gagaling agad siya" alam kung sinasabi niya lang iyon para tumahan ako pero mas lalong sumikip sa sobrang sakit ang dibdib ko at umiyak lang sa kaniyang mga braso.

"Tahan na!. Ayaw niyang ganyan ka, look at me" ani pa niya kaya inangat ko ang tingin ko sa kaniya. "Hindi siya magiging Tenyente kung hindi madali siyang sumuko. Tatagan mo sarili mo,lumaban ka kung gaanong lumalaban siya. He'll be alright, okay. I assure you that" wika niya.

"G-Genesis!" tangi kung sambit sa kaniya. Madami akong gustong sabihin sa kaniya kaso hindi ko mailabas.

"Take a rest. Tatawagan ko si Papa to help also sa operation. Trust me his a good Doctor ,hindi niya tayo bibiguin" he give me assurance, may inabot din siyang isang supot. "Here!. Kumain ka muna papunta na dito si Bridgette she will accommodate you sa mga kailangan mo.Okay ba iyon?" he asked tumango tango lang ako at tinanggap iyon.

"Kung may kailangan ka text at tawagan mo ako. My Lolo is the owner of this hospital, kaya wag kana mag-isip ng kahit ano. Ako na bahala sa lahat ng gastos, you just need to be strong and eat. Pinagsasabihan kita hindi bilang manliligaw mo noon, pinagsasabihan kita bilang kapatid ng asawa mo. Magpakatatag ka ha?. And this is an order from Lieutenant Genesis Isaiah Zamora in behalf of Lieutenant James Andrei Jiminez" matikas na ani niya at sumaludo sa harap ko. I can see his tears as well.

Hindi ako makasagot kahit tumingin sa kaniya gusto ko lang iiyak lahat lahat ng nararamdaman ko. Yakap na yakap ako ni Genesis kasi hindi ko magawang itayo ang sarili ko habang naririnig ang pagretrieve ng mga Doctor kay James.

Nagsimula na akong magwala , gusto ko nang pumasok sa silid ng operating room. Pero sobrang lakas ng pwersa at pagkakahawak ni Genesis saakin pati sina Mama ay pinipigilan ako. Nakita kung tumingin ang Doctor sa kaniyang relo at naka flat na ang makina kung saan makikita kung may heartbeat pa ba siya.

"Hindi!Hindi!... No, No!. James! Bitawan n'yoko , James!... James!" sigaw ko pa.

"Alya, tama na" iyak na wika ni Tita Janice.

"Hindi!. Bitawan mo'ko Genesis… Genesis parang awa mo na , gusto ko siyang lapitan!" sigaw at pagmamakaawa ko pa kay Genesis.

"Alya, just stop" pagpipigil ni Genesis.

Panay ang hampas at suntok ko sa salamin, kaya nakuha ko ang atensyon ng mga Doctor.

"James!... AHHH!, James. G-Gumising ka" ani ko. "M-Mahal"

Bigla akong nakaramdam ng antok bago pa ako mawalan ng malay ay may nakita akong nakaputi na babae na may parang itinurok saakin.

Nagising ako umaga na. Pinalibot ko ang mata ko sa buong kwarto, andoon si James na walang malay ganon pa din ang sitwasyon. Andito din ang mga magulang naming pati ang mga kaibigan namin at tulog pa sila. Nakasandal ako kay Genesis ,katabi niya si Jayce at si Bridgette naman na yakap yakap ni Jayce, nakaupo lang kami sa iisang couch. Sina Mama naman at si Papa ay nakahiga sa sahig, si Tita at Tito naman ay nakasandal lang sa isang gilid.

Thank God for giving this amazing family and generous friends na hindi kami iniwan, mapakasiyahan at kasakitan man.

Dahan dahan akong tumayo at nilapitan si James na natutulog, madaming tubo at IV ang kaniyang katawan.

Hinalikan ko ang noo niya. "Goodmorning ,Mahal. Gumising kana umaga na oh!" maiyak iyak na ani ko.

I was not aware of my tears, I could not bear to see him in this situation. The pain seemed to be slowly crushing my heart. Ganito pala kasakit.

"Alianna,tahan na!" ani naman ni Papa at pilit akong nilalayo sa kama ni James.

"Magpakatatag ka ,Anak" wika ni Mama at niyayakap ako. Nagsimula na nanamang bumalot ng kalungkutan ang buong silid sa iyakan namin.

After breakfast ay umuwi muna sina Mama,Papa,Tito at Tita. Kami muna ang naiwan sa hospital. Kausap naman ni Genesis ang kanyang Papa sa labas.

"Ate I buy you fruits and some snack, please don't overthink too much. Alam mo namang hate ni Kuya 'yon eh, you must be strong for him" Bridgette encourage me.

Nagulat naman kami sa pagtayo ni Jayce. "Bridgette, I need to go pinapatawag ako sa opisina, tawagan mo'ko kung uuwi ka,okay" matikas na wika nito at nagpaalam na nga saamin.

"Susunduin mo po ako mamaya?" pagtatanong naman ni Bridgette, lumapit naman si Jayce sa kaniya at ginulo ang buhok nito.

"Yah, call me okay?" ani ni Jayce at mas lalo akong nagulat ng hinalikan niya sa pisngi si Bridgette.

"Saan ka pupunta Tol?. Hindi ka ba dito maglulunch?" si Genesis naman iyon.

"Hindi na. Pinapatawag ako ni Major Avanza, ikaw muna bahala dito" sagot ni Jayce at tinapik tapik ang braso ni Genesis.

"Ah sige ,Tol" Genesis.

Tinignan ko nang mariin si Genesis at naghihintay sa kaniyang eksplinasyon. I know there's something na sinabi ng kaniyang Papa sa kaniya tungkol kay James.

"Ang sama n'yo naman makatingin" huwesyon pa nito.

"Ano sabi?" I asked him.

"His in stable condition yun nga lang may nataamang ugat na nakaconnect sa kaniyang utak, which can cause of temporary comatose and also temporary memory lost. Pero babalik din naman sa dati once naka-recover na siya" wika ni Genesis na nakapamulsa pa. 'Why is he really confident saying that?'

Mas okay na ito kaysa sa nag-aagaw na buhay siya. Pero kailangan kung ihanda ang sarili ko upang sakaling gumising na siya ay kaya kung ipaliwanag sa kaniya ang lahat lahat kahit hindi pa niya ako maalala.

"Pag ikaw na ganyan Genesis naku bubuhusan kita nang mainit na tubig" ani naman ni Bridgette at akmang sisipain si Genesis pero nakaiwas naman ito.

Buti nalang andito sila, bahala na kahit magulo at maingay sila. They help me ease the pain, they help me to be distracted. Sana magising na si James sa kaingayan nilang dalawa so that I can stop myself worrying and crying the whole time when I staring at him.

"Nga pala Bridgette, anong meron sainyo ni Tenyente?" pagtatakang tanong ni Genesis.

Akala ko ako lang ang nakapansin 'non pero ganon din pala si Genesis. Ibang iba na kasi si Bridgette ngayon, yung tipong gumagalang na siya sa kaniyang dila.

"H-Ha? W-wala, we're just friends" putol putol na sagot nito ,mukang kabado at hindi siya sigurado sa sabihin niya.

"Bagay naman kayo, parihas kayong matangkad, matalino, independent, madaming pera at habulin. Pero iba pa din ugali niyo, kasi yun mabait ikaw demonyita" pang-aasar na may halong pampupuri na ani ni Genesis.

"Siguro if magiging kayo, magiging expensive couple kayo" bulalas ko pa.

"Nah!. I don't like him his a fuckboy" wika ni Bridgette.

"Sus! Kung magkaibigan lang kayo why he kiss you?" busisi ko pa sa kaniya. Bigla namang nag-iba ang ekspresyon nito at namula ang pisngi.

"Ay gago!Seryoso?" sigaw pa ni Genesis, hindi din siya makapaniwala. " Magkaibigan naman tayo ah, bakit hindi ako nakakatanggap ng kiss" pilyong wika ni Genesis.

"Eww, bakit naman kita hahalikan ha?. Baka magkarushes lips ko sayo'ng unggoy ka" inis na ani ni Bridgette at inirapan si Genesis.

Tinignan ko si James nang mariin bago nagsalita."I hope James see how happy we are" wika ko at umupo malapit sa kaniya. I lay my head and hold his hand while keep staring at him. "Mahal, I hope you see how your friends make me happy. Kung gising ka lang at naririnig mo kami, I'm sure papagalitan mo si Bridgette kasi nagpahalik siya kay Jayce" pagsusumbong ko pa at hinalikan ang kaniyang kamay.

"Gising kana ,Tol. Kasi tignan mo itong pinsan mo sobrang lakas lumandi, at alam mo ba sobrang harot niya" pagsusumbong din ni Genesis.

"I'm not like that!. I told you guys, we're just friends nothing else!" Bridgette shouted at Genesis, but Genesis just laughed.

"Bakit offensive ka ha?" ani naman ni Genesis, hindi na sumagot si Bridgette at tumahimik nalang.

It's been 4 days at hindi pa din siya nagigising. Same scenario like the past days, but now it's different ,wala akong kasama kasi may lakad ang dalawa. Papunta na din naman sina Tita ditto, para sila muna ang magbantay at ako muna ang magpapahinga.

This past few days I feel a little bit strange, yung tipong lagi akong nahihilo t'saka nasusuka, naghahanap na din ako ng maalat alat at maasim asim na mga pagkain. Abay ewan, nakakapanibago lang din kasi yung ganito. Pero binabaliwala ko lang naman siya kasi minsan lang naman siya nangyayari.

"Alya, andito na kami nagdala na din ako ng mga pagkain t'saka mga damit na din" si Tita Janice iyon na may dala dala na paperbag, nakasunod naman sa kaniya si Tito.

"Thankyou po. Palagay nalang po d'yan" ani ko, pinupunasan ko kasi ang muka ni James.

"Kamusta na kayo dito?" pagtatanong pa ni Tito.

"Ganon pa din po, eh!. Until now his under observation t'saka madami pa'ng test na gagawin sa kaniya." Bumuntong hininga nalang ako at patuloy na pinupunasan ang kaniyang muka. "Hayst, hanggang kailan kami magiging ganito" I exclaimed.

"Think positive, Alya. Kilala mo naman si James, malakas siya" sagot naman ni Tito.

'Sana nga ganon nalang kadali banggitin at paniwalaan, but we're leaving in reality. Hindi ko naman hawak ang buhay niya it's better to be ready and aware. Sa totoo lang nawawalan na ako ng pag-asa, apat na araw nag anon pa din yung sitwasyon'

Umupo muna ako sa maliit na couch nang maramdaman ulit ang pagkahilo. I rubbed my forehead when I suddenly lost my sight, it all turned black and my head hurt again.

"Tita!" pagtatawag ko pa kay Tita Janice.

"Alya!" sigaw naman niya at narinig ko ang paglakad niya papalapit saakin. "Bakit? Anong masakit?" pag-aalalang taong niya.

"Tita ,masakit po ulo ko t'saka nasusuka ako" pag-amin ko pa.

Inalalayan niya naman ako papunta sa banyo at nagsimula na akong sumuka doon. May pinahid naman siya sa likod ko, efficascent oil ata iyon. Bumalik naman kami agad.

"Na pano ka?" mahinahong tanong ni Tito.

"Ewan ko po, para po kasing may kakaiba eh" alinlangang sagot ko. Hindi kaya, tama na ang pagdududa ko at may nabuo na?

"Kumakain ka ba nang maayos ,Alya?" tanong naman ni Tita na minamasahe ang ulo ko.

"Oo naman po" sagot ko pa.

Nagulat naman kami nang biglang dumating si Genesis at may dalai tong mangga. Oo , matalas ang pang-amoy ko malayo pa lang ay alam ko ng mangga iyon t'saka may bagoong din. Bigla naman akong napangisi sa tuwa at sa amoy na 'yon.

Tama iyon nga ang hinahanap ko. Pinapabili ko kasi siya ng mangga every morning ever since nagstay kami dito sa hospital, ewan ko kung saan niya iyan napitas.

"Magandang araw po, Tito, Tita" bati niya at nagmano sa kanila. Inilapag naman niya ang isang supot at agad ko itong tinignan para makasigurado na tama nga ang binili niya.

"Oh, bayaran mo'ko n'yan 160 pesos yan lahat" asta pa nito.

"Ayoko na nga lang kumain" wika ko sa kaniya. Lumapit naman siya at ginulo ang buhok ko. "Sabi ko na nga ba eh!. Susumbong kita sa asawa mo!"

"Edi magsumbong ka" bulyas ko din. "Kala mo naman kakampihan ka niya, ako asawa kaya ako yung kakampihan"

"Proud ahh" nakangising sagot ni Genesis.

"Hmm, Genesis bilhan mo nga ako ng ice cream. Yung strawberry na may chocolate syrup sa taas ah" utos ko.

Napangiwi naman ito. "Ayoko! Kakadating ko lang tas uutusan na naman ako. Tinext mo sana kanina, maiinit pa naman sa labas"reklamo pa nito.

"Ikaw talaga kahit kailan ako na nga lang bibili. May pera ka ba?" I asked.

"Gago! Nanghihingi ka? Wow ah, sobrang duga mo na ah!" wika niya at kinapakapa ang kaniyang bulsa. "Ako na bibili, nakakahiya naman sayo'ng kingina ka!" bulyas pa niya ,tinapik tapik ko nalang siya.

Genesis is really generous kahit noon pa man, yun nga lang if some people doesn't know him mapapagbintangang siyang masama ang ugali cause he cursed a lot , everytime.

Lumabas na siya ng kwarto.

"Buntis ka ba?" tanong naman ni Tito. Namilog nalang ang mata ko at nagulat sa kaniyang sinabi. "H-Ha? H-Hindi po!" mabilis na sagot ko.

"Hoy Alya, umamin ka nga saakin total magiging nanay mo naman ako. Ano bang nagyayari sa'yo, nagiging mas matakaw kana nitong nakaraang araw" Tita Janice.

"H-hindi Tita ,ah"

Kabanata 20

Nagising ako sa isang maputing kwarto, ipinalibot ko ang mata ko sa kabuuan ng kwarto at may mga taong andoon natutulog. May mga pamilyar na mga taong andoon sa kwarto.

"Ano'ng mga 'to? Sino kayo? Asan ako?" sunod sunod na pagtatanong ko sa mga andoon. May isa namang babae ang lumapit at niyakap ako, rinig ko din ang paghikbi niya.

"Sino ka?Bitawan mo'ko" usa ko pa, umalis naman agad ito at para bang nagtataka.

"A-Ako?.Mahal?" aniya.

'Mahal?Kilala niya ba ako? May relasyon ba ako sa kaniya?'

"Anak ko. Salamat sa Panginoon at gumising kana!. Anak si Alya 'yan, hindi mo ba siya maalala?" sabi nung isang babae na pamilyar din saakin.

I just frowned, *who are they ?. And what is my connection to them, why do they act like that. Ano bang nangyari?*

"No, I don't know you? Asan ako bakit madaming nakakabit sa'kin? Anong nangyari?" pagtataka ko.

Nagtinginan sila sa isa't isa and I waited kung sino ang sasagot, hanggang sa magsalita nanaman ulit ang babaeng 'yon.

"You got shot, James kaya andito ka sa hospital" aniya at umiyak nanaman.

A man approached, his beard and hair were high, his face was also familiar to me. "Tol, you're in coma for days at ngayon ka lang nagising. You have temporary memory lost kaya hindi mo kami nakilala lahat" mahinahong wika niya. *Coma? The fuck-? A-Ako?*

"Why? Kailan pa? Gaano na ako katagal rito?" . Honestly, litong-lito na ako they are all crying in front of me, na para bang matagal na akong nawala sa kanila.

I can feel their intense feeling towards me, the way they stares, the way they react, the way they glance. I know there's something wrong. Especially sa babae kanina, I can sense something . An urge of a thing I can explain.

"4 days,Mahal." That girl named Alya again. Bakit ba siya iyak nang iyak?. I can feel weak seeing her, siguro may connection nga ako sa babaeng ito,kahit ako ay iba ang nararamdam kapag naririnig ang boses niya. Para bang namimiss ko siya.

"Who are you at kaano-ano kita?" I asked her.

"I'm your fiancée, hindi mo ba maalala?" her voice broke and she cried again. I can see her tears falling down to her check.

"I'm sorry gusto kung makaalala but I can't ,hindi ko alam kung paano ko sisimulan but for petesake I'm trying. Namimiss kita pero hindi kita kilala, I'm sorry please don't cry" paliwanag ko sa kanya.

"It's okay,Mahal" she wipped her tears. "Pagaling ka Mahal ah, wag mo e-pre-pressure ang sarili mo, andito lang ako…kami. Andito kami, ha?" wika niya habang nilalagay ang kamay ko sa pisngi niya.

Lumabas muna ako sa kwarto para makapag-usap sina James at ang magulang niya. Masakit sa loob ko na hindi niya ako maalala kahit pa hinanda ko ang sarili ko sa araw na ito, pero iba na talaga pag nangyari na. Mas mabuti na din yung ganito,kaysa naman sa makita ko siyang nag-aagaw buhay.

Napatingin nalang ako sa cellphone ko, si Agustine iyon na tumatawag.

"Hello,Mr. Agustine?"

[August nalang itawag mo sakin. Nga pala tinanggap na yung application paper mo dito sa Australia, kailan ka free?"]

Yah, I almost forgot last year nagtry akong mag-apply sa isang school sa Australia at ngayon pa siya na approve. Ang problema lang ay hindi ko kayang umalis nalang ng bansa at iwan si James nang ganon nalang.

"Agustine, I'm engaged and I can't leave him"

[Well, Alya sayang naman kung hindi mo tatanggapin they already give you the third highest position nang school. T'saka I know it's your dream, right?. Kung sa sahod ka lang namomoblema, well it's more high than you think]

Tumingin muna ako sa bintana ng kwarto kung saan andoon si James. "Give me time to think, maybe months hindi ko kayang iwan siya he can't remember me right now" I uttered.

[Okay I'll call you by the end of the month, sana mapag-isipan mo nang mabuti ang offer sayo] he said and hang up the call.

Napatitig nalang ako sa kisami at huminga ng malalim. Kailangan ko bang ipagpatuloy 'yon, oo maganda ang offer abroad pero mapapalayo naman ako sa pamilya at kay James kung gugustuhin ko iyon.Hindi ko siyang pwedeng iwan lalo na sa panahong ito.

Nakaramdam nanaman ako ng pagkahilo kaya umupo muna ako, sinimulan kung hilutin ang ulo ko. Kakaiba ang nararamdaman ko hindi ko maipaliwanag habang unti-unti ang paglabo ng aking paningin.

"Jusko! Alya, alam mo bang pinag-alala mo ako?ha?" sigaw naman ni Mama saakin, nagising nalang ako bigla na nasa loob na ako ulit ng kwarto.

"M-Ma?" pagtataka ko at tinitigan si Mama na galit na galit saakin. May nagawa ba akong mali?

"Anak naman!. Wag kang lalabas sa susunod ng walang kasama, paano kung hindi kami pumunta dito edi nakahilata ka ngayon sa labas. Alam mo bang nawalan ka nang malay ha?!" sigaw pa niya sakin.

Napakunot naman ang noo ko sa mga narinig ko,totoo ba? Seryoso ba talaga na nawalan ako ng malay eh kanina pa ay nakaupo lang ako doon sa labas. Ano bang nangyayari sa sarili ko!.

"Ma, I'm sorry pero nahilo lang po siguro ako" mahinang tugon ko kay Mama at niyakap siya nang mahigpit. "Alam kung nag-alala ka sakin, Ma. But I'm fine now"

"Alam mo bang nagsusuka yan kanina?" sambat ni Tita Janice.

"Ano?!" gulat na ani ni Mama. Alam ko na ang nasa isip niya kaya ganyan nalang siya makareact. "Totoo ba?" nakatitig lang ito sakin.

Pinagmasdan ko muna si James na nakikinig sa usapan."O-Opo" mahinang sagot ko.

Baka buntis ako. Eh paano nalang kung hindi ako maalala ni James? Paano niya tatanggapin na magkakaanak kami. Hindi pwede 'to sana guniguni ko lang ang pagiging buntis.

"Hindi kaya buntis ka Alya?" pagtatanong ni Tito Miguel, yumuko nalang ako hindi ko din naman alam ang isasagot ko sa kanila.

"You're pregnant?!" ani ni James na para bang hindi siya makapaniwala.

How can I explained this thing, this situation if that person who made it can't remember even such a thing. Paano at sa anong paraan ko ipapaliwanag kung totoo man ang nasa isip ko?. Should I keep living the lie na maalala pa niya ako or I just still hoping a hopeless thing. Ang hirap.

The doctor suddenly came at nabalik kami sa normal. His doing something like checking his vital signs, I'm hoping a good news from him.

"His finally recovered, ngayon lang ako nakakita ng pasyenteng mabilis makarecover" pampupuri pa ng Doktor. Thank God.

"Makakauwi na ba siya?" Tita Janice asked.

"Hindi pa, he should be here until he finally recovered his memory bago siya makauwi" sagot naman nito.

"Gaano katagal iyon, Dok?" I asked.

"A days, you all must be patient and don't let him be stressed or pressured on his recovery" mahinahong tugon nito.

Umalis muna silang lahat at kami lang dalawa ang naiwan, sobrang tahimik at tanging aircon lang ang naririnig ko. My eyes are started crying as I staring at him, my hands are on my tummy.

"What's wrong?" he asked seriously. "Is there's something wrong, Alya?" he asked again, lumingon lingon nalang ako.

"What if I'm pregnant, James?. Anong gagawin ko? How could I..." hindi na niya ako pinatapos at niyakap niya ako nang mahigpit.

"Stop crying,kahit wala akong maalala I can be the father and I'm sure na ako talaga ang ama" he said out of nowhere.

Kumawala naman ako sa kaniyang yakap at tinignan siya ng mariin. "I'm not sure if I'm really pregnant, nagdududa lang ako" I honestly said to him.

"Then, I will come so I can also find out if you are pregnant or not"he said again.

Kabanata 21

3 days later....

We started over again, I introduce myself to him na para bang mga bata pa kami na hindi magkakilala. I tell him everything kung bakit kami dumating sa punto ng marriage proposal. He laughed at his own stupidity and the things he did in the past weeks.

"Seryoso nga! Nakikinig ka ba? Ha? Bakit ka tumatawa?" inis na ani ko sa kaniya, kanina pa kasi siya tumatawa.

"Hmm hindi ko ginawa 'yon. Hindi naman siguro ako ganon ka baliw sayo" he said.

"Ewan ko sayo!" sigaw ko sa kanya.

Punong puno ng sobrang inis si Alya sa akto ni James sa kaniya na para bang hindi ito naniniwala. Nakaramdam nanaman ng pagsusuka si Alya at agad na itinakbo ang banyo at halos isuka na niya ang buong kalamnan niya.

"Are you okay?" he asked and I can see he was worried.

"Nahihilo na naman ako!" wika ko at nakahawak sa kaniyang braso.

"Sige kapit ka lang sakin!"he said worriedly.Nawalan na na naman siya ng malay.

Agad namang tinawag ni James ang kanilang mga magulang, pinapanatili niya ang kanyang sarili na maging kalmado . Pero sobrang kinakabahan na siya sa kalagayan ni Alya, ayaw niyang makitang ganyan ang kanyang asawa.

'Shit! What the heck should I be calm, she's laying in my arms unconsciously and what the heck I should be calm. I'm fucking worried hindi ko alam kung anong gagawin ko, I can't remember everything and it making me more anxious'

"Anong nangyari?!" it's her Mom asking.

"Nagsuka siya tapos nawalan siya ng malay" I answered her.

When the nurse started monitoring her blood, while we waited for the result of her urine, she was either negative or positive for pregnancy. I hope I can just get back my memories in instant pero kung sakaling hindi pa man ngayon I can still be with him.

"Normal na po ang dugo niya" sabi ng nurse.

"Salamat sa Panginoon" wika ni Mama.

Bumalik na ang Doktor na kumuha ng test. I'm so excited at the same time nervous, I know it's mine at kahit hindi akin 'yon magiging the best tatay pa din ako para sa batang iyon.

"Ahmm Congrats, she's 2 weeks pregnant" bati ng Doktor. I directly kissed her forehead and slightly hugged her tight.

"Hoy gago, umiiyak kaba tol?" It's the guy named Genesis. Alya told me he is a friend, and I'm not sure of that.

I didn't notice that my tears are already falling on my cheeks. Kahit hindi ako sigurado at nagdadalawang isip ako but one thing for sure I'm so happy. Anak ko man o hindi, I can raised the baby.

"Wala, masaya lang ako!" I said and just stared at Alya who's sleeping.

We celebrate silently kasi ayaw namin magising si Alya. Also today is the final result of my test at may iisang ituturok ulit sakin for memory at ibibigay na maintenance. Actually, I just acted everything nung isang araw pa talaga bumalik ang alaala ko.

Funny somehow only Genesis knew this, ina-advance kasi namin ang injection for memory loss so he knows everything. I can't imagine I'll be a father ,alam ko kasing sakin I knew it's mine.

'Oh damn! Isa na akong tatay'

When we got home, I still hadn't told Alya about her pregnancy but I admitted to myself that I cared more for her. I know it's hard to be a preggy but I will let her be more healthy on what she's eating.

"Mahal,akin na yan" wika ko at kinuha ang junkfood na kaniyang kinakain. "Here it's good for your health, okay" wika ko at binigyan siya ng salad at ginulo ko ang kanyang buhok.

"Nagtataka ako since nakalabas na tayo ng hospital at bumalik na ang memorya mo ay nagiging sweet kana sakin"

"I'm just doing my thing, kain kana. Saka magrereport muna ako sa opisina ngayon tinawagan ko na si Bridgette para may makasama ka dito, is that fine with you?" I asked her.

"I can handle myself saka stop disturbing her, she's on vacation with your friend" aniya at pinagdiinan ang salitang 'friend'.

"Nagtatampo ka sa kanya?" I asked her again and slightly kissed her cheeks.

"Ofcourse, ilang araw na siyang hindi nagpapakita sakin" she pouted.

Iba din pala ang mga buntis, kahit sa maliliit na bagay grabe ang emosyon at ang pagiging matampuhin.

I told her that I must leave first and go to the office to report. Today is January 5 and next week I will return to my work. I will be away from her again for a few months. I still can't leave her alone because she's pregnant. I also wanted to take care of and support her myself, but I swore to my duty as a soldier. Ipapasa Diyos ko nalang ang lahat.

Tumunog naman ang cellphone ko at nakita ko ang text niya.

[Bili ka dila nang kambing ah!] she texted I just smiled seeing her text. Saan naman ako kukuha ng dila nang kambing?

Tumunog ulit ang cellphone ko. *[And also mahal bili ka din pink na may chocolate syrup na icecream ah!. Ingat loveyou]*

I bit my lower lip after seeing her messages. I just keep biting my lips to stop the urge to smiled, nakakahiya andito pa naman kami sa meeting tapos para akong baliw na nakangisi.

"What's that, Mr. Jiminez" pagtawag ni Major Avanza sakin.

"Nothing,Sir!. Just my wife, naglilihi kasi" I answered him politely and couldn't stop smiling.

"Oyy may asawa na po pala kayo?" someone asked.

"Aasawahin pa lang" I proclaimed.

Pagkatapos ng meeting ay dumiritso na ako sa isang farm na malapit sa bahay at nagpakatay nang kambing. What kind of conception is that and why of all the things she can eat, she still wants a goat's tongue. Maybe my son will be a goat!

"Bakit ang tagal mo umuwi?" I asked him and pouted.

"Why?May masakit ba sayo?" he asked me, lumingon lingon nalang ako. Ewan ko ba parang hindi ako makampanti ng wala siya dito sa bahay.

"Ano iyang dala mo? May mangga?" wika ko at panay ang lunok ng laway. Naglalaway kasi ako sa mangga na nakita ko sa tv kanina. Masarap iyon pag may ice-cream sa ibabaw.

"Nope." Sagot niya at pumunta sa kitchen. Maghahanda na naman siguro siya ng pagkain. Inilabas naman niya ang parang jelly na ewan ko kung anong kulay non.

"Di'ba pinabibili mo'ko nito?" he asked me and I just nodded. Nakaupo lang ako doon habang pinagmamasdan siya sa paghahanda ng pagkain.

I'm enjoying eating my icecream, I can eat icecream the whole day.Argh! Sobrang sarap.

Naisipan ko namang kunan siya ng damit kasi pawis na pawis na siya sa kanyang ginagawa. Umakyat na ako papunta sa kwarto at kumuha ng isang sando at towel at bumalik agad doon.

"Mahal, palitan mo muna 'yang t-shirt mo. Dali na!"sigaw ko sa kanya. Lumapit naman ito agad at inalis ang kanyang mga damit, bumungad naman ang kanyang pandesal palihim nalang akong napalunok at nag-iwas ng tingin.

"Hmm?Why?"he asked. I bit my lower lip.

"Talikod na" utos ko sa kanya.

"Ayoko, nakaharap nga ako sayo oh" sagot niya.

"T-Talikod kana. P-para m-mapunasan ko yung likod mo" pautal utal na ani ko. *Shuta!What's wrong with me?what's happening?*

"Mas pawis yung dibdib ko kaysa sa likod ko"

"H-Hindi naman"

"Nakapikit ka di mo talaga makikita" asta pa niya.

"Eh paki mo! Ayoko nga kasing tignan!" sigaw ko.

"You see it when we—"pinutol ko ang pilyong sagot niya

"I know!" iritang wika ko. *Should I… Do I really need to get used to it?*

Agresibong pinunasan ko ang kanyang katawan at ang kanyang likod at nilagayan din iyon ng baby powder at ako pa mismo ang nagsuot ng kanyang sando. James kissed Alya's forehead and held her tight in her waist and it made her eyes widen in shock.

"You want it?" he asked in his husky voice. James let Alya touch her chest and her finger dripped down.

"Kailangan ba nating gawin ito sa kitchen?" nahihiyang pagtatanong ni Alya sa binata, na kanina pa pumapadalos-os sa kanyang leeg at pinupuno ito ng halik.

"Why not?.Hmm?" he asked in low voice.

"M-Maliwag kasi dito" Alya whispered.

Hating gabi na at bigla akong nagising dahil sa gusto ko lang kumain ng kakainin at biko. Tinignan ko si James na tulog na tulog at nakayakap saakin. Dahan dahan kung inangat at kinuha ang kanyang kamay sa katawan ko pero nagulat naman ako nang sobrang humigpit ang kaniyang yakap saakin.

"Where are you going wife!" he said in a husky voice.

Hindi ako nakasagot dahil pinagpawisan ako bigla.

"Darn! It's freaking midnight,wife. What do you want?huh?what my baby want?" he said and proceed on kissing my tummy.

"Nasusuka ako! I want something to eat" wika ko sa kanya. Agad naman itong bumangod sa kaniyang hinihigaan. He kissed my neck then my forehead.

"Buntis ba ako?"I asked him from nowhere and started crying. Hindi ko alam pero naiiyak ako.

"Ouhm" he answered gently and hugged me tight but still I can't stop from crying so loud. Nakakahiya sobrang lakas ko umiyak.

"Calm down,Mahal. You're 2 weeks pregnant,it's okay love" he said while comforting me I just hugged him and cry not because I don't want to but I'm just so blessed to be a mom.

Pumunta nag a kami doon sa kusina at ewan ko pero puno iyon nang madaming icecream at nilantakan ko lang iyon lahat. Habang siya naman ay binabantayan ako habang nagkakape.

"How did you find out na buntis ako? The last time I remember is that nagdududa lang ako na buntis ako nothing else"

"Well,nahimatay ka then the Doctor's tested your urine and that's how we find out that I'm going to be a father"

"We?Seriously?Sino pang may alam?"I exclaimed

"The whole fam including Genesis"

"Madaya" I just rolled my eyes on him. "You always like that lagi niyo nalang akong pinagkakaisahan"

Linggo na at dumalaw sa akin si Bridgette. Bridgette is the last person who knew everything, after new year ay hindi na siya nagpakita ewan ko kung bakit pero mukhang magkasama naman silang dalawa ni Jayce eh, baka din sila na.

"I bring you fruits and also vitamins for the baby and for the mommy" wika niya at inilapag ang mga iyon sa lamesa at hinalikan ang tummy ko.

"Bakit ngayon ka lang? Saan kaba nagpupunta ha?" agad na tanong ko. Nakakatampo na din kasi.

"I'm on a vacation last week at ngayon lang ako nakauwi. Hindi ko naman nakakalimutan pasalubong mo, ate" she said like a baby.

"Whatever. Sino kasama mo?" I asked her again. Hindi ako imbestigador pero I know her.

"Just a friends. Madami naman kami" she answered

I don't still like how she answer my questions halatang nagsisinunggaling siya. Hindi naman sa pagiging mahigpit sa kaniya but she deserve a right person and people in her life.

Dumating naman si Genesis na may dalang pancit.

"Hi Mommy Alya how's our little James out there?" wika ni Genesis and rubbed Alya's tummy.

"Lalaki?" Bridgette suddenly asked at itinapat ang kaniyang tenga sa t'yan ko.

"Di'ko sure pero malakas kutob ko" he said at inirapan lang siya ni Bridgette.

"Oh nice haircut Genesis ah" pampupuri ko sa kaniya. Hindi na mahaba ang kaniyang buhok at wala na din ang kaniyang balbas. He is definetly handsome.

"Oy thankyou" he said.

"Ay hindi kita na notice, pumogi ka ata" Bridgette sarcastically said.

"Wow ah bakit hindi ba ako gwapo noon?" he asked Bridgette.

"Hindi eh"

Nagsisimula nanaman silang dalawa.

"Balita ko di'ka raw pinalakad—"

"Shut up asshole!" Bridgette suddenly replied and Genesis just chuckled.

"Sino?Si Bri ba?" pagtatakang tanong ko ,na o-out of place nanaman ako sa dalawang ito. Nakita ko ding tinakban ni Bridgette ang bunganga ni Genesis pero tumango-tango lang naman si Genesis saakin.

"It's not true stop talking nonsense ,Genesis!" Bridgette yelled at Genesis.

"Masama palang maging totoo eh 'noh" wika ni Genesis at bahagyang lumayo kay Bridgette."Kaya ako hindi na ako naniniwala sayo Bridgette kahit anong sabihin mo pati din kay Lieutenant" wika ni Genesis, hindi na nagsalita si Bridgette at hinabol na si Genesis.

Akto ding dumating ang dalawa, si James at si Jayce. Kaya naman biglang tumigil ang dalawa. Tumayo ako at kinausap silang dalawa.

"Sige nga. Explain everything to me kayong dalawa or magtatanong ako sa kaniya" I said at itinuro si Jayce.

"Ahmm what's going on here?" Jayce asked.

"So Genesis magsalita kana" I said and glared at Genesis.

"Huy kayong dalawa ano nanaman ginagawa n'yo kay Alya ha?" usa din ni James and I just give him a sight and signal him to keep quiet.

"About nung nilagnat si Bri, pare!" usal ni Genesis at tinignan si Jayce.

"Ah yeah. Alya it's just a fever. She got a high fever while at our vacation that's why hindi agad siya nakabalik dito" Jayce answered.

"Yeah, it's not a bigdeal ate" Bridgette said.

Napagtanto ko na iba pala ang ibig sabihin ni Genesis. Sabagay malaki nanaman sila kaya pala nakangisi sila lahat ako naman ay nagtataka, get's ko na.

"Kain na tayo, Mahal. Tama na 'yan" tawag ni James na pumunta na din sa kusina at naghanda na, sinamahan naman siya ni Jayce at nagsimula na silang magluto.

After Alya knew about her pregnancy, they both decided to manage and start the preparation of their wedding. James is still in the service while Alya continues her passion in teaching.

Seconds, minutes, days, months had passed.

WAKAS

James called at nakakairita siya.

["Uwi na ako bukas, Mahal. Magpapacheck tayo"] ani pa ni James sa kabilang linya, panay lang ang irap ni Alya na nangangalay na kakawak sa cellphone.

"Oo na!" iritang sagot niya, kanina pa kasi siya kinukombense ng asawa na sasama ito sa kanya magpapacheck up bukas. " Nakakairita ka, alam mo ba 'yon?huh?. Hindi ako na stre-stress dito sa bahay, alam mo kung saan?ha?. Sayo, mismo"

["Miss mo lang ako, it's normal wife. Ganon daw talaga pag yung pinaglilihian ay yung tatay"] James teased.

"Sa pangit mong 'yan?!. Tsk, sure kang sayo magmamana?" Alya frowned.

["Bahala na basta ako yung tatay"]

"Aba'y!, paano kung sabihin kung hindi ikaw. Ano gagawin mo?"

["Lagot ka sakin, 30 minutes darating na ako diyan!. Matitikman mo hinahanap mo"]

"Hoy!Hoy!, baka nakakalimutan mong buntis ako sabi ni Doc, bawal ang ganon"

["Ano iniisip mo, I'll buy avocado nothing else. Alam ko naman yun eh, para na nga akong buntis nito eh"]

"Sana malakas na kapit ni Baby 'noh"

["Malakas 'yan Jimenez kaya yan!"]

"Asus! Hindi mo kasi anak to, assuming ka masyado"

["Edi yung pangalawa, Anak ko na]

"Wala nang pangalawa"

The day has come, finally magpapacheck up na din kami. I'm so excited, but I feel something is different. Pero hindi na ako nag open up kay James, he'll be worried na naman sa'kin.

Nagstart na ang session at panay lang ang ngiti ni James habang nakatingin sa monitor, he finally see our baby. Natawa lang ako sa kaniya habang siya ay patagong naiiyak.

"Owh, here he is", wika naman no'ng doktor.

"P-po?. Lalaki po?" ani ko.

Nagulat ako ng nagtatalon si James sa tuwa, our prayers turn into reality. Thank you Lord.

"And that's how our story have made, everybody raise your toast for the christening of my son, Iandrei Timothy Jiminez", James ended his speech. "In advanced I'm also inviting you all to come and joined us, at our wedding next month" pahabol pa nito, we just smiled at each other.

This is the day I waited for so long time, ang araw na ikakasal ako sa babaeng mahal ko, sa babaeng makakasama ko hanggang sa huling hantungan ng aking buhay.

"Maari po bang tumahimik ang lahat para sa ating kapatid na sina James at Alianna sa kanilang pagpapalit ng pangako sa isa't isa", wika nung pari. "Mauna ka Alianna"

I just started at her as she started speaking, "Hi, James... Hindi ko talaga naisip na andito tayo ngayon, kasama ang mga taong sumuporta sa'tin noon pa man. Hindi ko din naisip na magiging isa tayo, all I thought is we're just friend...bestfriend... akala ko hanggang kaibigan lang, akala ko kababata lang", she started sobbing as she read her letter. " Sa lahat lahat ng nangyari, lagi ka pa ding and'yan sa'kin... ni kailan hindi mo'ko sinukuan, patuloy ka pa ding magmahal kahit sa panahong hindi ako sigurado sayo. Gusto kung pasalamatan sina Tito Miguel at Tita Janice, kasi pinalaki ka nilang responsable, may respeto, mataas ang pasensya, at may dignidad. Simpleng bagay lang ang mga iyon pero iyon din ang rason kung bakit mapamahal ako sayo"

Tears fell down my cheek as I watched her.

"Sorry kung natagalan yung 'oo' ko, pero ngayon I would accept you as my husband. And I'm proud to be your Mrs. Jiminez" she smiled and everybody clapped their hands.

Ako naman iyong sumunod na nagsalita.

"Mahal, sa lahat ng bagay na meron ako ngayon hindi ito ang magiging sukatan kung gaano kita kamahal.

Saksi ang Panginoon sa mga sakripisyong binigay natin para dumating tayo sa ganito. Hindi ako perpektong boyfriend sayo at ama sa ating anak, isa sa maipapangako ko sayo ay hindi ako mapapagod na mahalin ka habangbuhay kasi ikaw ang buhay ko."

"I will not be called a successful man without you, my powerful woman. I love you always and forever"

One of her students from the orphanage brings us the ring. Yumakap ito kay Alya, at kumindat sa'kin bago ako sipain sa paa.

"Ayusin mo Mommy ko ah!" wika nito at kunwaring babarilin ako kaya sumakay nalang din ako sa trip ng bata.

"James, bata 'yan!" saway ni Alya sa'kin.

"Tanggapin niyo ang singsing para maging simbolo ng inyong pangako para sa isa't isa" wika nung pari at ibigay kay Alya ang isang singsing.

"I Alinna Reign Elisandor take you James Andrei Jiminez to be my lawful husband. I promise to hold you forever, sa kasakitan o kalusugan man, sa yaman at sa kahirapan, lagi akong nasa sayo. Mamahalin kita gaya ng pagmamahal ko sa aking sarili, ikaw at ang aking sambahayan ay aking mamahalin pangalawa sa Diyos. Magiging tapat akong katipa mo at tanging kamatayan lang ang makakapaghiwalay sa'ting dalawa".Dahan dahan niyang ipinasok sa aking daliri ang singsing niya habang nakatitig kami sa isa't isa. "I give you this ring as a symbol of my vow, and with all that I am and all that I have, I honor you, in the name of the Father, and of the Son, and of the Holy Spirit"

Kinuha ko naman ang singsing at nagsalita. "I James Andrei Jiminez, take you Alianna Reign Elisandor bilang kaisa ko, at bilang butihang asawa at ina ng anak ko. Mahal, gusto ko lang malaman mo na mahal na mahal kita, at ikaw lang ang babaeng gusto kong makasama sa habangbuhay. Maging sa ating pagtanda, Ali thankyou for making me the best man in the whole entire world"

Isinuot ko ang singsing sa mga daliri niya, "I give you this ring as a symbol of my vow, and with all that I am and all that I have, I honor you, in the name of the Father, and of the Son, and of the Holy Spirit"

Short Special Chapter

Alianna Pov:

Habang hinihintay si James ay napatitig ako sa malaking bato sa singsing ko. It was so real, sobrang ganda niya sa malapitan, and the stone it's big.

"Bakit hindi ka pa nagpapalit? You really like that gown?!" he said and squeezed my cheeks.

"Ouch, that's hurt. Yes, I like it, thank you" I started to become emotional right now, "thank you for making me the happiest woman on earth" my tears are fallin' down to my cheek.

"Shh tahan na, baka maiyak din si baby. Ofcourse, it's my duty to make you happy, I love you Alya and I will always be at your side no matter what"

"I love you so much James"

I kissed him gently, at tumugon din naman siya. I don't know myself at that moment basta gusto ko lang lubos-lubosin ang oras na iyon. Bumitaw ako sa halik dahil sa kulang ng hangin, and our eyes directly meet.

"Gaano kaya kalaki 'yong kasalanan ko na ibigay ka ng Diyos sa'kin" he uttered with his low tone voice.

"Hindi ko alam ang gagawin ko kapag hindi ka niya ibigay sa'kin, mababaliw ako Alya kapag wala ka sa'kin" his so intimidating and I wanted to make love with him.

"I-I want to make love with you" wala sa isip kung tugon sa kaniya. Nakita ko namang nanlaki ang kaniyang mga mata kaya gumawa nalang ako ng palusot. "Is that how a first night do right? I just wanted you to make happy since you officially owned me now, I will be always yours"

"I know what do you want, but we need to rest. Pagod ka, you're the one who's entertaining our guests and I think you need to rest"

"James…" I pouted my lips at nagkibit balikat.

"Aysus! Kulit ah!. Maligo kana doon at bukas na natin gawin iyang gusto mo, so you should rest and gain energy kasi tomorrow will be a war between us in our bed" he poked my nose.

"Asahan ko 'yan Lieutenant!" I seductively uttered and he just blused so red.

Matapos ko maligo at magpalit ng damit ay narinig kong bumukas ang main door ng kwarto kaya binalewala ko nalang iyon, baka lumabas lang si James saglit. Narinig ko namang bumukas ulit ang pintuan at sumira.

Pagkatapos ko magtoothbrush ay pumunta ako sa kama namin at nakita kong naka-topless na ito.

Ipinalibot ko ang paningin ko sa kwarto naming at nakita kung wala na doon ang anak ko.

"Asan si Ian?" pagtatanong ko.

"Pinalabas ko"

"At bakit?" nakapamulsang tanong ko sa kaniya.

"Baka kasi magising…na kay Mama Andrea naman siya eh!" pagrarason pa nito.

"Kala ko ba ayaw mo" pagtatanong ko pa.

"Eh! sayang naman pag hindi ngayon diba?"

"Eh wala na akong gana eh!. Bukas nalang—" nagulat ako nang itinulak niya ako sa kama naming at agad akong nahiga doon.

Babangon na sana ako ng puma-ibabaw naman siya sa'kin.

"Will you be my guess?" wika niya habang ipinapakita ang handcuff sa'kin.

"It's my pleasure to be your guess" sagot ko sa kaniya.

James Pov:

That night become the most wildest night na pinagsauhan naming dalawa. Hindi lang sa isang lugar ng bahay namin kundi sa lahat ng parte nito ay minarkahan namin ng memoryang hindi kailanman naming malilimutan bilang mag-asawa.

Nasa cottage kami sa swimming pool natapos, at naka-akbo lang sa'akin ang asawa ko halatang pagod siya. It's already 4 a.m in the morning, walang tao dito sa bahay at kami lang dalawa ang andito.

Ian was in Mama Andrea's house next to us, and I know they understand what happened last night kung meron man silang narinig.

Hinalikan ko ang noo ni Alya na tulog na tulog, we just have a one comforter to cover our body. Binuksan ko na din ang handcuff sa kaniyang kamay at kinuha iyon. I gently rised her up, and put her in our bed gently, I get her undies in her undies in our cabinet and also my oversized t-shirt.

Isusuot ko na ana ang undies niya when I noticed how wreck her pet was, it's very red at namamaga pa ito. *What on earth did I just did?.*

About the Author

Bea Velacse

Bea Velacse was a 17 years old from the Philippines. Born in Lumbog, Margosatubig, Zamboanga Del Sur, Mindanao, Philippines. She was raised by my greatful mother and my responsible step-father and now currently living and studying in Plaridel, Misamis Occidental. Since my biological father was an reservist army, writing Lieutenant Series is one of the ways to apply his personality, characteristics and skills in my story, as a memory of him.

Over the years, she discovered a powerful habit which is writing. When she was in my fourth grade, she started writing spoken poetry to express my thoughts and feelings. She was in Grade 6 she discovered ebook app and wattpad app, which make her a reader and somehow it makes her a writer we're she can also give a good ending to my beloved readers.

www.ingramcontent.com/pod-product-compliance
Lightning Source LLC
LaVergne TN
LVHW091634070526
838199LV00044B/1058